NHIỀU TÁC GIẢ
HOA ĐÀM kết tập

BIỂN TUỆ
THƯƠNG CA

LOTUS MEDIA
Phật lịch 2567 | Dương lịch 2023

BIỂN TUỆ THƯƠNG CA
Tập san tưởng niệm Ni Trưởng Thích Nữ Trí Hải
(1938-2003)

Nhiều Tác Giả

Hòa thượng Thích Minh Châu | Hòa thượng Huyền Không Thích Mãn Giác | Hòa thượng Thích Tuệ Sỹ | Ni Sư Thích Nữ Hương Nhũ | Huệ Trân | Giáo Sư Trần Ngọc Ninh | Giáo sư Cao Huy Thuần | Giáo Sư Thái Kim Lan | Nhà văn Viên Linh | Cư sĩ Nguyên Đạo Văn Công Tuấn | Cư sĩ Tâm Quang Vĩnh Hảo | Cư sĩ Thị Nghĩa Trần Trung Đạo | Nguyên Hạnh | Nguyễn Thị Thanh Xuân.

Kết Tập:

Nguyên Không | Nguyên Túc | Tâm Thường Định
Nhuận Pháp | Tâm Định | Nguyên Nhã | Quảng Pháp

Chân thành tri ân sự cố vấn và hướng dẫn biên tập đề tài của:
Cư sĩ Tâm Huy Huỳnh Kim Quang | Cư Sĩ Tâm Quang Vĩnh Hảo
và Thị Nghĩa Trần Trung Đạo.

Lotus Media xuất bản tại Hoa Kỳ, 2023

ISBN: 979-8-8690-3741-1

MỤC LỤC

LỜI VÀO TẬP 7
TIỂU SỬ NI TRƯỞNG THÍCH NỮ TRÍ HẢI (1938 – 2003)........................ 17
TƯỞNG NIỆM CỐ NI TRƯỞNG TRÍ HẢI | *Hòa thượng Thích Minh Châu* 25
HẠT BỤI THEO VỀ | *Huyền Không (Hòa thượng Thích Mãn Giác)* 27
NI SƯ TRÍ HẢI, MỘT ĐÓA SEN NGÁT HƯƠNG | *Ni Sư Thích Nữ Hương Nhũ* 33
DÒNG HỢP TẤU BẤT TẬN | *Huệ Trân* 39
SÔNG XUÔI RA BIỂN | *Giáo Sư Cao Huy Thuần* 45
IN MEMORIAM: NỮ-SĨ THÍCH NỮ TRÍ HẢI | *Giáo Sư Trần Ngọc Ninh* 51
NHƯ SƯƠNG NHƯ ĐIỂN CHỚP - CÂU CHUYỆN DÒNG SÔNG
Giáo Sư Thái Kim Lan 59
VỀ THĂM TỊNH XÁ TRÍ HẢI | *Bác Sĩ Đỗ Hồng Ngọc* 67
KHI NGÀI QUA BỜ BÊN KIA | *Cư Sĩ Nguyên Giác Phan Tất Hải* 71
TIẾNG CƯỜI GIỮA BIỂN KHỔ | *Cư Sĩ Nguyên Đạo Văn Công Tuấn* 77
SƯ CÔ TRÍ HẢI KHÔNG CÒN NỮA | *Cư Sĩ Nguyễn Tường Bách* 95
CHIẾC NHẠN BAY RỒI | *Huyền Không (Hòa thượng Thích Mãn Giác)*.................. 107
SIÊU XUẤT TỰ TẠI | *Cư Sĩ Tâm Quang Vĩnh Hảo* 109
HƯƠNG ĐÀM | *Cư Sĩ Thị Nghĩa Trần Trung Đạo* 111
NHỚ VỀ NI SƯ TRÍ HẢI | *Nguyên Hạnh* 113
**PHÙNG KHÁNH VÀ PHÙNG THĂNG: LỘ TRÌNH TƯ DUY TRIẾT HỌC
- PHÁC THẢO HIỆN TƯỢNG LUẬN TÌNH YÊU** | *Giáo Sư Thái Kim Lan* 123
DỊCH GIẢ THÍCH NỮ TRÍ HẢI | *Nhà Văn Viên Linh*... 139
NI TRƯỞNG TRÍ HẢI: THIỀN PHÁP NGƯỜI GỖ *NGUYÊN GIÁC PHAN TẤN HẢI* 149
CÂU CHUYỆN DÒNG SÔNG và DỊCH GIẢ PHÙNG KHÁNH
Giáo Sư Thái Kim Lan 159
NI SƯ TRÍ HẢI VÀ NGOẠ BỆNH CA | *Nhà Văn Viên Linh* 167

NGỌA BỆNH CA | *Trí Hải* | *Ghi lại những ngày nằm bệnh*.............................. 173

BIẾN TUỆ, VƯỜN TỪ ÁI | *Nguyễn Thị Thanh Xuân* 209

VẦN THƠ CHO BÉ THÍCH NỮ TRÍ HẢI | *Trí Hải*........................... 233

Cố Ni Trưởng Thích Nữ Trí Hải (1938 - 2003)

Cánh chim đã vượt qua vũng lầy sinh tử
Bóng nắng rọi lên dòng huyễn hóa
Thân theo tro tàn bay
Hoa trắng vỡ trên đại dương sóng cả
Sao trời chợt tắt giữa lòng tay
Sương còn đọng trên đầu cây lá
Đến rồi đi chập chờn nước lững vơi đầy
Heo hút bờ hoang ảnh giả
Người sống mỏi mòn trong tiếc nhớ khôn khuây.

Quý Mùi, tháng 11, 15
Kính viếng Giác Linh Đại Tỷ Thích Nữ Trí Hải

THÍCH TUỆ SỸ

LỜI VÀO TẬP

Nghĩ rằng hai mươi năm về trước đã rất khó, hai mươi năm sau nữa càng khó hơn, khi đàn hậu học chúng con giờ đây làm sao có thể tìm thấy tung tích của bậc Chân Nhân Ni Trưởng, như cánh chim đã hút dấu trên dòng sông sinh tử, hóa trời không - *Nhạn vô di tích chi ý, thủy vô lưu ảnh chi tâm* - Dòng sông không cố lưu giữ bóng hình hài, mà Ni Trưởng cũng không mong giữ lại bóng hình chăng?

Kẻ hậu học đi tìm trên những cung bậc thời gian, nơi *bóng nắng rọi lên dòng huyễn hóa, heo hút bờ hoang ảnh giả*, Chân diện của bậc Đại sư mênh mông như BIỂN, kẻ chèo thuyền tuy thấy chân trời xa mà không thể lường hết chiều kích bao la của TUỆ pháp.

Nơi đây với lòng thành kính, tưởng niệm hai mươi năm ngày vắng bóng Thầy và để tri ân một bậc Tòng Lâm Ni Trưởng đã dâng hiến trọn vẹn cả cuộc sống thanh tu cho sự nghiệp hoằng dương Chánh pháp, đã để lại một di sản cho nền văn học Việt nam hiện đại nói chung và tư tưởng Phật giáo Việt nam nói riêng, rất to lớn mà các thế hệ hậu học chúng con hôm nay và mai sau được thừa hưởng, trân quý vô cùng.

Hoa trắng dù vỡ trên đại dương sóng cả, ngàn năm sau vẫn trổ trên đồi.

Hoa Đàm số đặc biệt này ra mắt chủ yếu với độc giả Lam viên nhân kỷ niệm 20 năm ngày viên tịch của Ni Trưởng, từ biến cố đau thương của Phật giáo đồ nói chung và Ni Chúng nói riêng, vào ngày ngày 7 tháng 12, 2023, là kết tập có tuyển chọn một số tư liệu liên quan hành trạng của Thầy từng được phổ biến trước đây qua nhiều hình thức tập in và online. Nơi đây chỉ là sự góp nhặt và tái hiện trong một hình tướng khác, mà tâm nguyện của người biên tập thủy chung chỉ mong xây dựng một tủ sách Gia Đình Phật Tử, giúp Anh-Chị-Em Huynh trưởng có cơ sở tham khảo, học và hành Đạo trong vai trò hướng dẫn tuổi trẻ Phật giáo. Đây đích thực là một niềm vinh dự nhưng đồng thời là một trọng trách. Bởi kẻ hậu học may mắn được chèo thuyền trên dòng BIỂN TUỆ, thì chẳng thể như người đứng trong núi mà ngắm nhìn.

"Bất thức Lư San chân diện mục,
*chỉ duyên thân tại thử san trung."**
—Tô Đông Pha

Ngày 07 tháng 12 năm 2023

Hoa Đàm

---

* Tô Thức 蘇軾: 不識廬山真面目, 只緣身在此山中 (Đề Tây Lâm bích 題西林壁) (Tại sao) không biết được hình trạng thật xưa nay của núi Lư, Chỉ là vì thân mình ở ngay trong dãy núi ấy (tức là bị hạn hẹp từ góc cạnh nhìn của mình).

GIÁO HỘI PHẬT GIÁO VIỆT NAM THỐNG NHẤT
VIỆN HÓA ĐẠO

THƯ BÁO TANG

Kính gởi Chư Tôn Trưởng Lão
Chư Hòa Thượng, Thượng Tọa, Đại Đức Tăng Ni,
Cùng toàn thể Phật tử

Nam Mô Bổn Sư Thích Ca Mâu Ni Phật

Viện Hóa Đạo kính cẩn nghiêng mình thông báo trên Chư Tôn Trưởng Lão, Chư Hòa Thượng, Thượng Tọa, Đại Đức Tăng Ni, cùng toàn thể Phật tử,

Ni Sư Thích Nữ Trí Hải, thế danh Công Tằng Tôn Nữ Phùng Khánh, vừa viên tịch lúc 17g15, ngày 7 tháng 12, 2023 (14 tháng 11 Quý mùi), do tai nạn giao thông trên quãng đường Xuân lộc, tỉnh Đồng Nai, hưởng thọ 66 tuổi.

Ni Sư nguyên Giáo sư Anh văn, kiêm Thư Viện Trưởng Viện Đại Học Vạn Hạnh, Giáo Hội Phật Giáo Việt Nam Thống Nhất, đã dâng hiến trọn vẹn cả cuộc sống thanh tu cho sự nghiệp hoằng dương Chánh pháp. Những cống hiến của Ni Sư trong di sản văn học, tư tưởng Phật giáo Việt nam nói riêng, và cả nền văn học Việt nam hiện đại nói chung, rất lớn mà chắc chắn các thế hệ sau vô cùng trân trọng.

Để tưởng niệm công đức tu trì và sự nghiệp trí tuệ của bậc Trưởng lão ni, xứng đáng là mẫu mực thanh quy cho Ni chúng,

Viện Hóa Đạo kính đề nghị Chư tôn đức và Phật tử các tự viện cử hành các khóa lễ hộ niệm, thắp sáng ngọn đuốc giới đức và trí đức của Ni sư trao truyền cho các thế hệ kế thừa.

Kính cẩn thông báo, Phó Viện Trưởng VHĐ

Tỳ kheo Thích Tuệ Sỹ

BẢN TIN CỦA ĐÀI Á CHÂU TỰ DO | RFA | 10.12. 2003:
Một bản tin từ trong nước cho biết rằng chiều chủ nhật vừa qua, Sư Bà Thích Nữ Trí Hải đã bị tai nạn giao thông trong chuyến đi cứu trợ Bình Thuận về. Sư Bà và hai sư cô tử nạn, trong đoàn phật tử cùng đi trên xe thì chết 3 người, bị thương 2 người.

Ngay sau đó, từ hải ngoại, một đệ tử của Sư Bà, là Tỳ Kheo Ni Thích Nữ Tuệ Dung ở Úc, đã loan tin buồn này đi khắp nơi, qua mạng thông tin Internet. Sự tử nạn bất ngờ của vị ni sư khả kính đã gây xúc động lớn trong giới phật tử trong và ngoài nước.

Công tác từ thiện là việc mà ni sư hằng tham gia nhưng không ai dè là trong một chuyến đi làm việc xã hội, ni sư lại gặp nạn như vậy! Ni sư Thích Nữ Trí Hải, thế danh Công Tằng Tôn Nữ Phùng Khánh, sinh năm 1938 tại Huế, là đệ tử của Sư Trưởng Thích Nữ Diệu Không, một vị danh ni của Phật Giáo Việt Nam.

Ni sư Trí Hải từng đóng góp trong cuộc đấu tranh của Phật Giáo thời trước 1975, có lúc đảm trách việc thông ngôn cho các thầy trong Giáo Hội Phật Giáo Việt Nam Thống Nhất.

Sau biến cố 1975 thì ni sư bị bắt giam vì tham gia trong cái mà nhà nước cộng sản gọi là "vụ án nổi loạn của Thượng Tọa Tuệ Sỹ và Thượng Tọa Trí Siêu".

Sau khi ra tù, ni sư lui về với việc dịch thuật kinh điển, và giáo huấn học ni. Hàng chục tác phẩm nghiên cứu và dịch thuật của ni sư Thích Nữ Trí Hải đã trở thành sách giáo khoa cho học tăng ở các phật học viện.

Với giới sinh viên học sinh Saigon thì tác phẩm dịch thuật của ni sư mà họ ghi nhớ nhất là cuốn "Bắt trẻ đồng xanh" dịch từ cuốn "The catcher in the rye".

Nhận tin không hay vào hôm chủ nhật, thượng tọa Tuệ Sỹ từ nơi bị quản chế, đã gửi ngay ra một bài thơ để kính viếng ni sư.Ngay chiều và tối chủ nhật thì các lễ tưởng niệm ni sư Trí Hải đã được tăng ni tổ chức trên Paltalk, mạng lưới chuyển âm thanh khắp thế giới. Một buổi lễ như thế cũng đã được Thượng Tọa Viên Lý, tổng thư ký văn phòng Viện Hóa Đạo Giáo Hội Phật Giáo Việt Nam Thống Nhất tại Hoa Kỳ, thực hiện vào 7 giờ tối chủ nhật, giờ California. Và trong tuần này, những buổi lễ tương tự sẽ được tổ chức liên tục trên mạng Paltalk.

Trong khi đó, một số chùa ở hải ngoại đã làm lễ cầu siêu và tưởng niệm ni sư. Tại thủ phủ người Việt tỵ nạn, là Nam California, chùa Diệu Quang sẽ tổ chức lễ truy điệu vào sáng chủ nhật này, 14 tháng 12, dưới sự chứng minh của đại lão Hòa Thượng Thích Mãn Giác, hội chủ tổng hội Phật Giáo Việt Nam tại Hoa Kỳ.

Nhận tin, chúng tôi đã điện thoại tới thiền viện Vạn Hạnh tại quận Phú Nhuận, Saigon, nơi Sư Bà Thích Nữ Trí Hải hành đạo, để hỏi thêm chi tiết về sự việc không may. Ni sư Thích Nữ Huệ Ân kể lại nội vụ: *(audio clip)*

Chương trình tại các chùa ở hải ngoại để cầu siêu và tưởng niệm Ni Sư Thích Nữ Trí Hải, thì thượng tọa Thích Giác Đẳng, tổng vụ trưởng Tổng Vụ Truyền Thông của Giáo Hội Phật Giáo Việt Nam Thống Nhất, từ chùa Pháp Luân ở Houston, Texas cho chúng tôi biết như sau: *(audio clip)*

DUYÊN DO TAI NẠN ĐỤNG XE LÀM NI TRƯỞNG TRÍ HẢI TỬ NẠN | trích **Tin Việt Báo ngày 26-12-03**: Ngày đó, chiếc xe 12 chỗ ngồi đến rước sư và 3 thị giả, cô Tuệ Nhã, Phước Tịnh và cô Diễm cùng đi. Gia đình phật tử gồm 6 người nhưng có 2 người bị mệt nên không đi được.

Trên đường về, ngày 14 tháng 11 âm lịch, xe đi ngang một nơi thấy người ta đang tìm kiếm một người bị chết trôi. Ni Sư Trí Hải yêu cầu tài xế dừng lại để Ni Sư cầu siêu cho người bất hạnh. Tài xế đòi về gấp để xem SeaGames và mặc cả "nếu cô cúng thì con sẽ chạy mau cho kịp, cô đừng rầy".

Sau khi cúng xong, xe chạy càng nhanh. Khi ngang Long Khánh, đến chỗ bị nạn, xe chùa cố tránh một chiếc xe Honda chạy cùng chiều lại gặp một chiếc cam nhông ngược chiều. Xe cam nhông tránh xe chở củi, ra quá giữa đường lọt xuống ổ gà và bị lật. Xe hành hương trờ tới và bị xe chở gạo đè lên. Tài xế, 2 người đi Honda, 3 sư cô, 2 phật tử và 2 người đi đường đều chết còn các người khác bị thương. Tai nạn xảy ra gần chùa sư cô Tuệ Như và độ 15 phút sau, sư cô Tuệ Như đã đến bệnh viện gần đó để nhận người thân.

Thân nhân ở Hoa Kỳ về chiều thứ năm 11 tháng 12 dl, đến viện Đại Học Vạn Hạnh thì đã thấy kim quan của 3 cô đang được làm lễ tại đó. Độ 5 giờ chiều lại có lễ đưa giác linh di ảnh của 3 cô lên lầu để phật tử lễ. 5 giờ sáng ngày thứ sáu 12 tây là lễ di quan ra xe để về nơi hỏa táng cách chùa độ 45 phút. 11 giờ sáng tro cốt được đưa về gởi ở tháp chùa Già Lam chờ đến 50 ngày mới đưa về Tịnh Thất Hóc Môn, nơi cô Trí Hải rất yêu thích.

...

Cô Tuệ Như cho biết nơi xảy ra tai nạn (Suối Cát) đường thẳng không có ổ gà và nhiều xe đã lật, làm chết nhiều người. Có một cái miếu bên đường để thờ các vong linh. Cô nói thêm "chắc Sư con đã xả thân để siêu độ cho các vong hồn tại đó và hy vọng đoạn đường ấy sẽ được sửa sang cảnh giác để tránh các tai nạn trong tương lai".

Bồ đề tâm là cái tâm lợi tha cầu giác ngộ thành Phật để có thể cứu giúp vô lượng chúng sinh. Nhưng trước khi có được tâm bồ đề, thì cần phải từ bỏ cái thấy sai lạc là có một cái tôi biệt lập không dính dấp gì đến người khác, và có chính kiến rằng mọi sự khổ hay vui đều không thực có, đầu do tâm chấp ngã tạo ra.

THÍCH NỮ TRÍ HẢI
*trích Phương Pháp Chuyển Hóa,
trong Bóng Nguyệt Lòng Sông, tr. 90-94*

TIỂU SỬ NI TRƯỞNG THÍCH NỮ TRÍ HẢI
(1938 – 2003)

THÂN THẾ VÀ GIA TỘC

Ni trưởng Pháp danh Tâm Hỷ, Pháp hiệu Thích Nữ Trí Hải, thế danh Công Tằng Tôn Nữ Phùng Khánh.

Sinh ngày 09 tháng 03 năm 1938 (Mậu Dần), tại Vỹ Dạ, tỉnh Thừa Thiên, thành phố Huế, nguyên quán Gia Miêu Ngoại Trang, Thanh Hóa.

Xuất thân từ một danh gia vọng tộc nhiều đời thâm tín Phật Giáo, thân phụ là cụ Nguyễn Phước Ưng Thiều tự Mân Hương, Pháp danh Như Chánh, thuộc phủ Tuy Lý Vương, thân mẫu là cụ bà Đặng Thị Quê, Pháp danh Trừng Xuân. Ni trưởng là con thứ năm trong gia đình có sáu anh em.

THÂN THẾ VÀ XUẤT GIA

Bởi có túc duyên sâu đối với Phật pháp như thế, nên lúc còn là thai nhi ba tháng, Ni trưởng đã được sớm quy y Tam Bảo với đức Đệ Nhất Tăng Thống Thích Tịnh Khiết. Ngôi chùa Tường Vân, Diệu Đức đã ươm hạt giống Bồ-đề cho người từ buổi thiếu thời vào những ngày còn học phổ thông. Ni trưởng với thiên tư thông tuệ, tài hoa, phẩm cách thanh cao đã nuôi chí xuất trần vào giữa tuổi hoa niên tươi đẹp.

Năm 17 tuổi đỗ Tú tài toàn phần, Ni trưởng đã muốn xuất gia nhưng cơ duyên chưa đến. Ni trưởng tiếp tục vào trường Đại học Sư phạm và sau khi tốt nghiệp, đi dạy trường Phan Chu Trinh – Đà Nẵng.

Năm 1960, Ni trưởng sang Mỹ du học và tốt nghiệp Cao học ngành Thư viện (M.A).

Cuối năm 1963, Ni trưởng về nước gặp lúc Viện Cao đẳng Phật học Việt Nam ra đời, đã cùng với em gái là Tôn Nữ Phùng Thăng vâng lời Hòa thượng Thích Trí Thủ đến phụ tá Ni trưởng chùa Phước Hải, quán xuyến cư xá Nữ Sinh Viên và làm việc tại chùa Pháp Hội.

Năm 1964 Ni trưởng quyết dứt trần duyên, cắt tóc xanh, xuất gia y chỉ Ni trưởng Diệu Không tại chùa Hồng Ân. Huế và đã được thọ giới Sa-di Ni. Sau đó, Người được Giáo Hội cử làm thư ký cho Thượng tọa Viện trưởng Thích Minh Châu khi Viện Cao đẳng Phật học trở thành Viện Đại học Vạn Hạnh.

PHẬT SỰ VÀ HÀNH ĐẠO

Năm 1968, Ni trưởng thọ giới Thức-xoa-ma-na tại Nha Trang và được Thượng tọa Viện trưởng Viện Đại học Vạn Hạnh bổ nhiệm làm Thư viện trưởng và Giám đốc Trung tâm An sinh Xã hội của Viện. Từ đó Ni trưởng tham gia việc giảng dạy, dịch thuật, thuyết pháp cho sinh viên, Tăng Ni Phật tử tại Viện và thực hiện công tác An sinh từ thiện cho đồng bào bị thiên tai bão lụt và chiến tranh.

Năm 1970 Ni trưởng thọ Tỷ-kheo-ni và Bồ-tát giới tại Đại Giới đàn Vĩnh Gia tổ chức ở Đà Nẵng.

Khi Viện Phật học Vạn Hạnh được thành lập, Ni trưởng tiếp tục làm Giảng sư tại Thiền viện Vạn Hạnh rồi giảng dạy tại các trường Cao cấp Phật học và Học viện Phật giáo Việt Nam, phụ trách lớp Trung Bộ Kinh bằng Anh ngữ cho Tăng Ni sinh.

Mở rộng công tác giáo dục, mỗi lần có dịp về Huế, Ni trưởng đều được thỉnh giảng ở các chùa Diệu Đức, Diệu Hỷ, Hồng Ân và phụ trách lớp Cảnh Sách.

Mỗi mùa An cư kiết hạ, Ni trưởng được mời thuyết giảng tại các trường hạ như Vĩnh Phước (ở Hóc Môn), chùa Phước Hòa và các tự viện trong thành phố hoặc vùng xa như chùa Đại Giác ở Sóc Trăng.

Năm 1996 đến 1999 trường Trung cấp Phật học Long An, Ni viện Thiên Phước thỉnh Ni trưởng dạy Luật Tứ Phần Tỳ-kheo-ni và Bồ-tát giới.

Các Đại Giới đàn Minh Tánh (1996), Liễu Thiền (1999), Khánh Phước (2002) tổ chức tại Ni viện Thiên Phước – Long An đều cung thỉnh Ni trưởng làm Tuyên Luật sư và Trưởng Ban khảo hạch.

Năm 2003 Ni trưởng được cử vào Phó Ban khảo hạch Đại Giới đàn Thiện Hoa ở chùa Từ Nghiêm.

Đầu tháng 12 năm 2003 Ni trưởng được suy cử Phó viện trưởng Viện Nghiên Cứu Phật học Việt Nam và Trưởng ban vận động tài chính.

TRƯỚC TÁC VÀ TỪ THIỆN

Ngoài những hoạt động giáo dục, hoằng pháp, Ni trưởng còn dành nhiều thì giờ cho việc phiên dịch, biên soạn và in ấn kinh điển để giúp Tăng Ni, Phật tử có thêm tài liệu nghiên cứu học tập, mà tổng số lên đến cả trăm tác phẩm. Đặc biệt nổi tiếng là những bản dịch: Câu Chuyện Dòng Sông của Đại văn hào Hermann Hesse, Gandhi Tự Truyện, Câu Chuyện Triết Học, Thanh Tịnh Đạo Luận, Thắng Man, Tạng Thư Sống Chết, Giải Thoát Trong Lòng Tay... Ni trưởng còn trước tác một số tác phẩm khác mà quan trọng nhất là các bản Toát yếu Trung Bộ Kinh (3 tập).

Không những tham gia vào sự nghiệp văn hóa, giáo dục, cuộc đời Ni trưởng còn gắn bó mật thiết với thân phận của đồng bào nghèo khó yếu đau khắp mọi miền đất nước. Từ những ngày làm Giám đốc Trung tâm An sinh xã hội, Ni trưởng đã theo đuổi sự nghiệp giúp người cho đến ngày cuối cùng của cuộc đời mình, dù có gặp gian khổ đến đâu.

Đầu tháng 3 năm nay, nhân khi đi cứu trợ đồng bào dân tộc tại xã Thống Nhất huyện Bù Đăng, Ni trưởng đã bị té, chấn thương cột sống suýt nguy đến tánh mạng. Nhờ sự chữa trị tận tình của các bác sĩ thân hữu và sự săn sóc chu đáo của các đệ tử, Ni trưởng đã dần dần bình phục. Trong lúc cơ thể bị đau đớn như thế, sắc mặt Ni trưởng vẫn tươi vui, luôn hoan hỉ với mọi người, không bỏ dở việc dạy học cho đệ tử và đã sáng tác một loạt những tập thơ Ngọa Bệnh Ca, Báo Ân Ca để tỏ lòng cảm ơn những người thăm hỏi. Nội dung các tập thơ này tỏa sáng ánh trí tuệ và thơm ngát hương từ bi.

CÁNH HẠC RA ĐI

Một chiều mùa đông Ni trưởng bận chút Phật sự đi Phan Thiết với ba sư cô thị giả. Trên đường trở về Ni trưởng cùng hai cô đệ tử Tuệ Nhã và Phước Tịnh đều bị lâm nạn. Người đã xả báo thân vào lúc 17 giờ ngày 14 tháng 11 năm Quý Mùi tức ngày 07 tháng 12 năm 2003, hưởng thọ 66 tuổi đời với 33 Hạ lạp.

Sự ra đi của Ni trưởng chẳng khác một đóa Ưu-đàm tươi tắn ngát hương chợt bị bão tố vô thường cuốn đi vào cõi vô cùng, để lại bao nỗi ngậm ngùi đau thương cho những người ở lại. Nhưng hương đạo hạnh và công đức tận tụy hoằng hóa của Ni trưởng vẫn tỏa ngát muôn phương, để lại một di sản văn hóa và Phật học dài lâu cho cuộc đời.

Ni trưởng cùng đại gia đình thâm tín Phật

TƯỞNG NIỆM
CỐ NI TRƯỞNG TRÍ HẢI

Cố Ni Trưởng Thích Nữ Trí Hải đến với đời làm lợi ích cho đời và làm sáng lên niềm tin cho Đạo. Cuộc đời và sự nghiệp của cố Ni Trưởng gắn liền với những hoạt động mang lại niềm tin yêu và an lạc lớn cho cuộc đời. Cố Ni Trưởng ra đi trong niềm thương nhớ của nhiều người.

Kinh Pháp Hoa dạy người con Phật đến với đời bằng tâm thái trân trọng và hộ trì, nhẹ nhàng như ong đến với hoa, chỉ nhận lấy chút mật của nhụy hoa rồi bay đi mà không làm tổn hại đến hương sắc loài hoa. Cố Ni Trưởng Trí Hải đã đến với đời và rồi ra đi bằng tâm thái như thế.

Môn đệ và những người yêu quý cố Ni Trưởng Trí Hải sẽ cảm nhận tấm chân tình của cố Ni Trưởng và sẽ được khích lệ lớn, đặc biệt là qua tập Tưởng niệm này về cố Ni Trưởng.

Riêng chúng tôi, xin có lời tán thán và cám ơn cố Ni Trưởng đã hộ trì cho chúng tôi rất nhiều trong suốt một thời gian dài.

Phật lịch 2547 | Tháng 4 năm 2004
TỲ KHEO THÍCH MINH CHÂU
Viện trưởng Viện Nghiên cứu Phật học Việt Nam;
Viện trưởng Học viện Phật Giáo Việt Nam;
Viện chủ Thiền viện Vạn Hạnh.

HẠT BỤI THEO VỀ

HÒA THƯỢNG
HUYỀN KHÔNG THÍCH MÃN GIÁC
(1929-2006)

Là khách vãng lai của thế giới sinh tử thì gặp gỡ hay ly biệt là lẽ thường tình. Thế nhưng cái lúc nhận được tin một người thân đột ngột lìa bỏ mình, là một giây phút cực kỳ khó khăn. Chấp nhận được vô thường với cõi lòng an nhiên thật là không dễ dàng gì bởi mất mát nào cũng là thương tích. Đôi mắt như sẵn đau niềm đau của kiếp người cũng ướt đẫm những dòng thương cảm, tâm hồn chới với thẫn thờ. Hôm nay, lại có thêm một người gần đã vẫy tay đi xa, thêm một tấm lòng thân cận cảm thông giã từ lên đường và theo hạt bụi, những hạt bụi tình cờ cho cuộc khứ lai: Ni Sư Thích Nữ Trí Hải, con người thân thuộc của khung trời văn hóa Phật giáo Việt Nam trong nửa cuối thế kỷ hai mươi, gương mặt tu nữ thạc học mà tâm hồn gắn liền với những trang chữ long lanh diệu pháp; đã bất ngờ bỏ đời, để lại biết bao bùi ngùi xúc cảm trong lòng kẻ ở.

Tôi gặp Phùng Khánh khi cô vừa mới rời gia đình quý phái và thâm nghiêm bên bờ sông Hương để lên đường du học. Với dáng dấp đoan trang thanh nhã cộng với một tâm hồn mẫn cảm đã dẫn dắt người thiếu nữ hoàng phái đi vào thế giới sung túc của chữ nghĩa và không khí trí thức trầm mặc của hàng hàng kệ sách thư viện. Sống ở Hoa Kỳ những năm đầu 60 với cõi lòng ẩn mật rất Huế, khi về Việt Nam, cô đã ra mắt với người đọc quê hương hai bản dịch nổi tiếng là "Câu chuyện dòng sông" của Hermann Hesse và "Bắt trẻ đồng xanh" của Salinger, mà không lâu sau đó người đọc đã nhận ra gương mặt tuyệt vời của dịch giả vừa uyên bác cẩn trọng, vừa trong sáng nghiêm túc. Mãi cho tới mấy chục năm sau, Cô vẫn giữ vị trí của người chuyển ngữ tài hoa nhất. Sau ngày hồi hương không lâu, Phùng Khánh quyết định cắt ái từ thân xuất gia với Pháp hiệu Trí Hải. Cô về làm việc cho Đại học Vạn Hạnh với phần vụ Thư Viện Trưởng - một Thư Viện Trưởng độc nhất suốt thời gian hưng thịnh của Vạn Hạnh. Thầy Minh Châu và tôi vô cùng cưng quý Thư viện và cũng rất nể trọng Thủ Thư nên đã nhìn thấy và hoàn toàn cảm thông sự khó tính trong điều hành của Cô Thư Viện Trưởng. Biết chúng tôi vốn chịu chìu "mệ" trí thức nên các nhân viên Thư viện cũng dựa vào cô mà thách thức các nguyên tắc điều hành chung nhưng nhờ biết khéo léo quản trị, chúng tôi duy trì được mọi tôn ti trật tự. Trí Hải là một người rất thương quý sách, biết giá trị của sách. Cô đã vận động nhiều cách để đem về cho Thư viện những mặt sách quý hiếm, làm thuận tiện cho sự nghiên cứu sử dụng không chỉ riêng cho sinh viên Vạn Hạnh mà còn chung cho cả giới trí thức thành phố, không chỉ phong phú cho tầng lớp đạo gia mà còn quá giàu có cho những nhà tìm hiểu thế tục. Nếu tất cả các sách mà Thư viện Vạn Hạnh hiện có đã tạm là hình ảnh của một đại dương tri thức thì cái Pháp hiệu định phận của Cô Thủ Thư Trí Hải (biển tuệ) đã hòa nhập là Một khiến cho không khí Thư viện lúc nào cũng thoảng mùi trầm hương: trầm hương tỏa ra từ lòng sách và hồn người. Và từ xứ trầm hương đó, Cô Trí Hải đã gởi tặng cho đời những trang chữ thơm tho màu nhiệm. Nếu nghĩa của Văn là

Đẹp thì cả đời Ni Sư đã phụng sự cho cái Đẹp đó hết sức tận tụy và những ai đã có một lần để cho lòng trầm tư theo hồn sách (trong hơn 10 tác phẩm đã được phổ biến) thì sẽ biết cảm ơn sự thanh cao còn lưu lại trong hồn mình từ sự hiến tặng lân mẫn của người vừa mới ra đi.

Cuộc đời cô Trí Hải không chỉ là người bạn thân thiết của sách vở, Cô còn là người chị cả đáng yêu trong gia đình An Sinh Xã Hội Vạn Hạnh. Từ vị trí người chị hiền lành độ lượng này, Cô đã là chiếc cầu nối cho bao lớp trẻ đi vào đời để phụng sự. Người chị mà đôi mắt biết thương xót đã cúi xuống thiết tha trên những nỗi đời bất hạnh, mà đôi tay biết chở che đã đưa ra nâng đỡ những mảnh sống khốn cùng, mà đôi chân vương giả đã không từng biết chối từ đi vào những xóm quê lầy lội, những đường làng tả tơi, những miền đất bão lụt hoang tàn. Mấy mươi năm dài, mặc cho thời thế đổi thay mà tấm lòng vì đời không lay chuyển. Khắp những chốn đau nhức bất an nhất của đất nước, người dân khổ hạnh mãi còn giữ lại trong đôi mắt mến thương của họ hình ảnh tà áo màu lam dịu hiền biểu tượng của cho vui và cứu khổ đã một dạo nào thấp thoáng giữa mưa nắng đời thường. Tà áo ấy đã gắn liền với các công tác từ thiện, thủy chung cho đến ngày cuối cùng phủi tay giải nghiệp. Chọn lựa của trái tim từ bi là nhiều lúc tình nguyện hứng chịu khổ nạn thay cho chúng sanh, bị đau đớn riêng mình cho tâm được an vui mà đi tiếp trên con đường cứu độ. Ni Sư Trí Hải đã vào đời trong ước nguyện, đã phụng sự con người như thế và hôm nay, giã đời giữa lúc đang thực hành hạnh lớn của trái tim từ bi "chúng con khổ nguyện xin cứu khổ". Chưa có ai của Ni giới Việt Nam, trong mấy mươi năm máu lệ của quê hương đã nuôi tâm bố thí theo sáu pháp qua bờ nhiệt thành như Ni Sư Trí Hải. Chừng ấy cũng đủ cho Ni Sư, trong cuộc giã từ này, cất lên một tiếng cười lớn giữa biển khổ kiếp người.

Một lần mới đây thôi, Ni Sư kể cho tôi biết rằng Ni Sư đã viết và đem treo những câu thơ của Huyền Không trong vườn chùa. Cho thơ nói chuyện với hoa cỏ lá cành, cho thơ cùng thở với gió mưa, cho thơ đi vào mắt rồi ở lại trong lòng người, cho thơ sống với chút đất trời quê hương. Tôi ở xa mà cũng được ấm lòng vì những dòng thơ viết ra từ ngày nào đã tìm thấy một tâm hồn bè bạn. Mà thôi. Hết rồi! Ngày 7 tháng 12 đã là một ngày tang tóc. Thị giả của Ni Sư, khi thuật lại cho tôi chi tiết về sự ra đi đột ngột và nặng nhọc này, tôi đã không dừng được nước mắt xót thương. Tôi khóc theo niềm cảm xúc từ muôn trùng. Ngày trước, khi nghe tin Huệ Minh và Tiểu Phượng mất tích tại Rạch Giá, tôi có đau buồn nhưng niềm đau thấm chậm. Bây giờ, với cái chết trong tai nạn thảm khốc nơi vùng đất đỏ Long Khánh của Ni Sư thì niềm đau trong tôi mãnh liệt bội phần. Tôi chắp tay lạy Phật, nguyện cầu cho những người thân yêu đó có được những tái sanh thuận lợi, để nối tiếp con đường cứu độ dở dang của các vị Bồ Tát nhập thế làm lợi lạc cho đời. Hạt bụi sẽ luân hồi trở lại bằng nguyện lực vô biên.

TRÍ tuệ cao siêu vượt lên ngàn Pháp giới.
HẢI hạnh từ bi nhuận thắm cả non sông.
Ni Trưởng Thích Nữ Diệu Từ
Vụ Trưởng Ni Bộ Bắc Tông
– Giáo Hội Phật Giáo Việt Nam thống nhất tại Hoa Kỳ.

NI SƯ TRÍ HẢI, MỘT ĐÓA SEN NGÁT HƯƠNG

NI SƯ THÍCH NỮ HƯƠNG NHŨ

Lật trang sử 2000 năm Phật giáo Việt Nam, thì hình ảnh Ni trưởng Trí Hải (1938 - 2003) rực sáng như một ngôi sao trên bầu trời văn học Phật giáo Việt Nam.

MỘT ĐỜI HIẾU HỌC HAM TU

Xuất thân từ một gia đình danh gia vọng tộc nhiều đời thâm tín Phật giáo. Ni trưởng sinh ngày 9 tháng 3 năm 1938, tại Vĩ Dạ, Tỉnh Thừa Thiên, Huế, miền Trung Việt Nam trong một gia đình có sáu anh em. Thân phụ của Ni trưởng là cụ Nguyễn Phước Ưng Thiều thuộc dòng dõi vua chúa thời nhà Nguyễn, và thân mẫu là Đặng thị Quê, một người mẹ quá đỗi tuyệt vời mà theo lời tự sự của một nhà văn Việt Nam khi nhắc đến mẹ của Ni trưởng đã viết: "Mệ ơi! Mệ hiền như Phật và chu đáo nhất trên đời"[1]. Khi Ni trưởng tượng hình trong bào thai mẹ mới 3 tháng, thì bà mẹ đã lên chùa Tường Vân, Huế xin Hòa thượng Tăng

---

[1] Nguyễn Đức Sơn, *Ký ức về Phùng Khánh – Phùng Thăng*, bản viết tay, 2009.

thống Thích Tịnh Khiết ban cho thai nhi pháp danh Tâm Hỷ[2]. Người thiếu nữ lớn lên xinh đẹp, dịu dàng với cái tên Công Tằng Tôn Nữ Phùng Khánh đã làm rung động bao trái tim của những chàng trai thuở ấy... Nhưng vượt thoát ra khỏi tất cả những cám dỗ và dục vọng tầm thường, Phùng Khánh đã chọn cho mình một con đường thanh cao nhất với thiên tư thông tuệ, tài hoa, phẩm cách thanh cao đã nuôi chí xuất trần vào giữa tuổi hoa niên tươi đẹp.

Năm 1960, Ni trưởng Trí Hải tốt nghiệp cử nhân Anh văn tại Đại học Sư phạm Huế. Sau vài tháng giảng dạy tại Trường Trung học Phan Chu Trinh, Đà Nẵng. Người xuất dương du học. Năm 1964, Ni trưởng tốt nghiệp Thạc sỹ Văn chương tại Đại học Princeton, Hoa Kỳ. Cũng trong năm này, Ni trưởng phát tâm xuất gia với sư bà Diệu Không, một bậc trưởng lão Ni rất nổi tiếng và giới hạnh tại chùa Hồng Ân và đến năm 1970. Ni trưởng thọ Cụ túc giới tại Đại giới đàn Vĩnh Gia, Đà Nẵng.

Mái chùa Hồng Ân đã nuôi dưỡng chí lớn xuất trần của một bậc ni lưu tài đức mà cho đến nay tất cả pháp lữ vẫn không thể nào quên:"Chúng tôi vẫn còn nhớ bước đầu sơ cơ học đạo, Pháp muội tỏ ra là một người xuất chúng, giỏi giang mọi mặt. Pháp muội được Bổn sư thương yêu hết mực và huynh đệ trân trọng vô cùng...Khi Pháp muội vào miền Nam giành nhiều thời gian cho việc nghiên cứu và giáo dục. Chư tôn đức và mọi người thương mến, danh tiếng ngày càng cao làm cho chị em chúng tôi cũng được thơm lây."[3]

Ni trưởng Trí Hải là một trong những giảng viên đầu tiên giảng

---

[2] Tưởng niệm Ni trưởng Trí Hải (1938 – 2003), Viện Nghiên cứu Phật học Việt Nam, NXB Tổng Hợp TP.HCM, 2004

[3] Ibid, 54.

dạy tại Thiền viện Vạn Hạnh và Trường Cao cấp Phật học Việt Nam được thành lập năm 1984, (nay là Học viện Phật giáo Việt Nam) tại thành phố Hồ Chí Minh. (cần lưu ý rằng đây là nhân vật nữ đầu tiên và duy nhất giảng dạy tại một Học viện Phật giáo trong thời kỳ đó). Tại ngôi trường này, ni trưởng giảng dạy giới luật (Pratimoksha) và đã có nhiều bài thuyết giảng sâu sắc về Trung Bộ Kinh bằng tiếng Anh cho Tăng Ni sinh. Trụ trì 3 ngôi chùa Tuệ Uyển, Diệu Không, Liên Hoa Ni tự, Ni trưởng từng được cung thỉnh làm Giáo thọ A-xà-lê và trưởng ban Giám khảo trong nhiều đại giới đàn tổ chức tại Việt Nam. Đầu tháng 12 năm 2003 với khả năng và tài đức của một vị Ni khiêm cung, đạo hạnh người chính thức được cử làm Phó Viện trưởng Viện Nghiên cứu Phật học Việt Nam.

Tháng 12 năm 2003, người đã vĩnh viễn ra đi. Thế hệ Ni giới mất đi một bậc thầy tài đức tuyệt vời, bầu trời văn học Phật giáo Việt Nam vụt tắt một vì sao sáng đẹp; nhưng đúng với nhận định của Hòa thượng Hiển Pháp - một vị cao tăng của Phật giáo Việt Nam: "Hiện tượng độc đáo Trí Hải tuy hôm nay đã trở thành quá khứ, nhưng quá khứ tốt đẹp luôn là động lực, là sức mạnh để hàng hậu học ni giới phấn đấu học tập, nêu cao đức tính cao quý của người phụ nữ Việt Nam trên bước đường hoằng pháp độ sinh, phục vụ Giáo hội và dân tộc, đem lại an lạc hạnh phúc cho chúng sinh"[4].

DẤN THÂN CHO SỰ NGHIỆP GIÁO DỤC VÀ HOẠT ĐỘNG XÃ HỘI

Với kiến thức Phật học và thế học uyên thâm, Ni trưởng đặc biệt có uy tín trong lĩnh vực văn học Phật giáo với nhiều công trình nghiên cứu, trước tác và dịch thuật có giá trị. Với tài hoa sẵn có,

---

[4] Tưởng niệm Ni trưởng Trí hải (1938 – 2003), Viện Nghiên cứu Phật học Việt Nam, NXB Tổng Hợp TP.HCM, 2004, 13.

cộng với sự tinh tế trong việc chọn lựa tác phẩm, Ni trưởng đã biến việc dịch thuật thành nguồn vui và niềm hạnh phúc lớn lao cho cuộc đời. Tarthang Tulku Rinpoche, tác giả của Làm việc - Một nguồn vui, tập sách được Ni trưởng phiên dịch và xuất bản năm 2000 đã viết: "Nhờ tập sử dụng phương tiện khéo trong mọi việc ta làm, chúng ta có thể chuyển cuộc sống hàng ngày thành một nguồn vui, một thành tích còn hơn cả mọi giấc mơ đẹp nhất của mình"[5]. Ni trưởng đã sống như thế, Người đã để lại trên 100 tác phẩm và dịch phẩm[6]. Đó là một công trình to lớn phản ánh một quá trình làm việc miệt mài, không mệt mỏi bao gồm cả những tác phẩm dịch thuật và trước tác, ni trưởng đã trở thành một nhân vật nổi bậc của lịch sử văn học Việt nam, đặc biệt là văn học Phật giáo.Đúng với nhận định của Hòa thượng Thiện Nhơn - một cao tăng trong Giáo hội Phật giáo Việt Nam: "Ni trưởng là một nhà dịch thuật lỗi lạc, một nhà nghiên cứu uyên thâm, am hiểu cả hai hệ thống giáo lý Nam truyền và Bắc truyền của Phật giáo…cống hiến rất nhiều cho sự nghiệp giáo dục và nghiên cứu Phật học".[7]

Ni trưởng Trí Hải với sự tinh tế và trí thông minh xuất chúng, các tác phẩm của Ni trưởng được tuyển dịch từ những tác phẩm Hán cổ, tiếng Anh, tiếng Pháp, tiếng Đức và cả Hán hiện đại. Nhiều học giả cho rằng, từ xưa đến nay ở Việt Nam chưa có một vị Ni nào am tường kiến thức Đông Tây kim cổ, giỏi chữ Hán, cổ ngữ Pali và Sanskrit, thông thạo cả tiếng Anh, tiếng Pháp và tiếng Đức như Ni Trưởng Trí Hải. Người đã vận dụng ngòi bút sáng

---

[5] Tarthang Tulku Rinpoche, Làm Việc - Một Nguồn Vui, Dịch giả: Thích Nữ Trí Hải NXB TP HCM năm 2000, 6

[6] Ibid, Trí Hải Toàn tập, 16, 17.

[7] Ibid, Hòa thượng Thiện Nhơn, Diễn văn Lễ truy phong cố Ni sư Trí Hải lên hàng Giáo phẩm Ni trưởng tháng 12 năm 2003, 48.

tạo, linh động, tao nhã và súc tích... thổi vào bản dịch một sức sống mới, khiến cho dịch phẩm trở nên độc đáo. Điển hình như của J.D. Salinger, Gandhi, H.Hesse, Will Durant và của Erich Fromm,... Đặc biệt phải kể đến "Câu chuyện dòng sông"[8] một tuyệt phẩm rất thâm sâu của nhà văn thi sĩ Hermann Hesse mà Ni trưởng đã dịch từ nguyên văn tiếng Đức khi vừa rời ghế nhà trường. Dưới ngòi bút dịch thuật điêu luyện của Ni trưởng, tác phẩm đã biến thành một kiệt tác văn chương với nội dung khác hẳn với các tác phẩm nhuốm màu triết học hiện sinh (existentialism) của phương Tây đang chiếm lĩnh văn đàn miền Nam Việt Nam lúc đó. "Bản dịch của cô đẹp và chân đến nỗi người đọc có thể đọc đi đọc lại mà vẫn thấy như là một nguyên bản tiếng Việt với lời văn chải chuốt tự nhiên, đầy thơ mộng."[9] Ngay trong lời tựa dịch phẩm này Ni trưởng đã thể hiện nhận thức về cuộc đời ngay khi còn là một tỳ kheo ni trẻ tuổi: "Trọn tác phẩm của Hermann Hesse là lời Thánh ca bay vút lên nỗi đau đớn vô cùng của kiếp sống và lòng hướng vọng nghìn đời của con người, dù bơ vơ bất lực mà vẫn luôn luôn tha thiết đi tìm sự giải thoát ra ngoài mọi giới hạn tầm thường của đời sống tẻ nhạt"[10]

Số lượng sách Phật học được biên dịch của Ni trưởng Trí Hải có thể nói là một công trình đồ sộ. Ni trưởng không chỉ là người dịch thuật giỏi mà còn là người làm công tác từ thiện rất tích cực. Những nỗ lực về của ni trưởng đã thể hiện năng lực của lòng từ bi và dùng năng lực từ bi này để làm giảm đi nỗi đau cho nhân loại.

---

[8] Phùng Khánh & Phùng Thăng "Câu chuyện dòng sông" (An Tiêm, 1974) chuyển ngữ từ Siddhartha trong tập Đường về nội tâm (Weg nach Innen) của Hermann Hesse.
[9] Bác sĩ Trần Ngọc Ninh, In Memoriam, Tưởng niệm Ni trưởng Trí hải (1938-2003), Viện Nghiên cứu Phật học Việt Nam, NXB Tổng Hợp TP.HCM, 2004, 101.
[10] Op cit, Lời tựa, 4.

Ni trưởng tâm sự: "làm từ thiện không chỉ là ủng hộ về tài chính mà còn có nghĩa là làm giảm thiểu nỗi đau về tinh thần cho họ". Từ năm 1975, với trái tim yêu thương và lòng nhân ái vô biên, ni trưởng vẫn tiếp tục làm nhiều việc cho người nghèo như, những người già, người tàn tật, những bệnh nhân tâm thần và những người dân tộc thiểu số, ni trưởng đến với họ bằng bức thông điệp ngàn đời của đạo Phật đó chính là lòng từ bi và chất liệu của trí tuệ. Không một ai có thể quên được những giọt nước mắt của ni trưởng đã lăn xuống khi người nói đến những hoàn cảnh cơ nhỡ của những người cùng khó.

Đặc biệt là ni trưởng còn chăm sóc cho bệnh nhân nhiễm HIV trước những ngày mà ni trưởng viên tịch, người luôn nói về những nỗi cô đơn của họ và tìm mọi cách để có thể giúp họ có được nội tâm bình an trước khi chết. Trái tim bồ tát của người luôn đau với nỗi đau của nhân loại, đau lòng khi nhìn thấy cả chó hay mèo bị bỏ rơi. Lòng từ chính là một liều thuốc hữu hiệu để có thể cứu khổ cho nhân loại. Lòng từ lớn cũng chính là một trong những kỹ năng kỳ diệu để người đạt được sự giác ngộ như Ni trưởng đã viết:

Tâm đại bi như hoa,
  Nở từ chân không Tuệ,
Đại bi như ánh sáng,
  Tỏa từ ngọn đèn Thiền

Ni giới Việt nam luôn tự hào về ni trưởng Trí Hải, nơi người thấp thoáng hồn nghệ sĩ, phóng khoáng trên gương mặt sáng ngời, nụ cười rộng lượng bao dung, một nụ cười có muôn nẻo đi vào giác ngộ.Ni trưởng quả là một ngôi sao sáng, một đóa sen ngát hương của từ bi và trí tuệ giữa chốn hồng trần, lòng từ bi và hạnh nguyện vị tha của người đang chiếu soi từng bước chân cho hàng hậu học ni giới Việt Nam trên nẻo đường tìm về nguồn mạch tâm linh.

DÒNG HỢP TẤU BẤT TẬN

HUỆ TRÂN

Người làm vườn chậm rãi quét lá. Cuối đông, những cây phong - lá đổi màu từ xanh tươi sang đỏ, vàng - đang rụng những chiếc cuối. Thời gian không âm thanh, không hình tướng mà lại hiện hữu rõ rệt ở mọi nơi, mọi vật qua những đổi thay, luân chuyển của đất trời. Hoa ấy rực rỡ đầu hè, đã úa tàn cuối thu; mầm ấy chồi xanh tháng lạnh, cành lá đã xum xuê khi nắng ấm; quỳnh nẩy nụ ngày xuân, đêm trăng rằm tháng hạ đã chợt ngạt ngào hương sắc...

Người làm vườn đã thong dong quét lá, nhặt hoa bao năm tháng. Không vui cũng chẳng buồn, không mong cũng chẳng đợi. Người ấy lặng lặng và an nhiên. Khi lá đã gom, rác đã dọn, người ấy ngồi bên gốc, lắng nghe dòng nhựa ấm luân lưu trong thân cây. Ồ, âm thanh đó thật là tuyệt diệu! Không phải âm thanh của suối, của biển mà là âm thanh của vòng tay ôm, của nguồn sữa mẹ. Có âm thanh từ vòng tay ôm, từ nguồn sữa mẹ ư? Có chứ, vì dòng nhựa đó chính là lá khi chưa thành, là hoa khi chưa nở, là nụ khi chưa đơm. Thì ra, thấy bông mai nở trong mùa xuân nhưng chẳng phải chỉ mùa xuân mai mới đến mà bông mai đó đã đến từ bao giờ, từ vô thỉ, từ ngay nơi dòng nhựa ấy. Cũng thế, chiếc lá vàng vừa rụng chẳng phải từ đêm qua mới rụng mà nó thực đã rụng từ khi chưa sinh vì nó chính là chu kỳ của lá xanh, của chồi non, của nụ hé. Lá biết thế nên khi lìa cành mà vẫn lao xao ca hát cùng gió, sương biết thế nên khi long lanh vẫn đùa vui với ánh mặt trời dù biết rằng mặt trời rực rỡ bao nhiêu thì nó sẽ tan nhanh bấy nhiêu. Đó chính là giá-trị-của-phút-giây-hiện-tại. Nếu sống trong hiện tại mà chỉ hoài tưởng quá khứ, mong ngóng tương lai thì kẻ ấy đang chưa-từng-sống! Khi quán tưởng sâu sắc hoa lá, cỏ cây, người làm vườn biết rằng chúng đã hiểu được rõ rệt điều đó nên lá lìa cành mà vẫn hát, sương đang tan mà vẫn vui. Cỏ cây, vạn hữu tuy thầm lặng mà vẫn thể hiện được sự an nhiên dũng mãnh trước luật tuần hoàn. Vậy mà, sao đôi lúc, con người, với trí tuệ vượt trội lại chìm đắm trong bi thương với những toan tính vô thường chẳng trọn?

Người làm vườn cảm nhận được lý duyên sinh vô ngã, vô thường như thế nên bao năm qua, người ấy đã an nhiên tự tại mà quét lá, nhặt hoa trong Vườn-Bát- Nhã.

Nhưng hôm nay, người làm vườn đang ngồi dưới gốc cây, ôm mặt khóc!

Gã không còn nghe được tiếng thì thầm của cây, tiếng đùa vui của lá, tiếng xôn xao của gió mơn man trên vạt nắng lung linh. Gã không nghe thấy gì nữa bởi lòng gã chẳng còn tĩnh lặng! Gã đang phẫn nộ, đang uất ức! Lòng gã đang như biển lửa! Phải, đúng thế, nếu ngay lúc này mà trở thành biển lửa, gã sẽ không ngần ngại đốt cháy cả tam thiên đại thiên thế giới!

"Sao thế, hỡi vị Sa-môn từng thầm lặng dọn vườn-tâm-thế-gian? Tôi là gốc thông già, tôi là hàng tre Mạnh Tông, tôi là bụi hồng Tiểu Muội, còn tôi là khóm Thủy Trúc góc hồ sen đây. Này vị Sa-môn thầm lặng như hòa, sao ngài ngồi đây mà khóc? Chẳng phải ngài đã thấu hiểu lẽ vô thường rồi ư? Mà khi vạn hữu đã vô thường thì do đâu còn phiền não?"

Bỏ thế ngồi bó gối thảm não, gã khoanh chân, kiết già. Không buồn trả lời vườn cây, gã lặng lẽ thiền định. Nhưng, vọng lập tức nổi lên như sóng cồn! Ta hiểu được lá vàng thì rụng, hoa héo thì rơi nên đã bỏ lòng thương tưởng lá xanh hoa đẹp. Nhưng, những Cây-Trí-Tuệ đang hiến dâng lợi ích cho đời, sao cuồng phong vô tình lại tràn qua, gãy đổ? Những Cây-Trí-Tuệ xum xuê cành-lá-lợi- ích, đầy ắp nhựa-Từ-Bi-Hỷ- Xả đã và đang hiến dâng nguồn nhựa ấm trong thân cho khắp chúng sanh; không phải chỉ "lợi mình lợi người" mà lấy "việc mình" làm "lợi người". Ôi, đất Ta-Bà nào có thể vun trồng nên những Cây-Trí-Tuệ như thế, để cho trận cuồng phong tình cờ mà oan nghiệt nhường bao!?

"Này vị sa-môn thầm lặng nhu hòa, ngài đã từng biết, chẳng phải tiếng gió, chiếc lá, bông hoa chỉ mới hiện hữu khi tai nghe, mắt thấy mà thực ra chúng đã đến, đã đi từ vô thỉ, từ nguồn mạch vô hình luân lưu trong vạn hữu? Cây-Trí-Tuệ mà ngài đang nghẹn ngào thương tưởng, trận cuồng phong mà ngài đang phẫn uất rủa nguyền có đi ra ngoài dòng luân lưu bất tận đó không? Dòng luân lưu đó có bao giờ đứt quãng, có bao giờ ngừng trôi không?"

Ồ, không, gã đã biết là không. Vạn hữu trùng trùng duyên khởi, lý duyên sinh vô ngã, vô thường cũng trôi chảy trong Dòng-Hợp-Tấu bất tận đó. Sự có mặt của cái này nói lên sự hiện hữu của cái kia. Cái này được tiếp nối là từ cái kia đang ra đi. Không bao giờ, không nơi nào, sự hợp tấu kỳ diệu ấy mất đi.

Lạ thay, vườn cây như thấu suốt từng niệm khởi trong gã nên gã lại nghe những lời ân cần từ hàng tre, từ khóm trúc:

"Trận cuồng phong vừa làm đổ gập Cây-Trí-Tuệ kia cũng chỉ là một chuyển hóa. Không có gì bắt đầu, không có gì chấm dứt. Vô thỉ, vô chung. Cây-Trí-Tuệ vừa đổ gập nơi đây, chẳng phải là đang xanh tươi bát ngát ở nơi nào đó chăng? Và, với dòng-hợp-tấu bất tận, chẳng phải là nơi đó cũng đang hưởng bao lợi ích mà Cây-Trí-Tuệ tiếp tục hiến dâng trong tinh thần "lợi người" là "việc mình" đó chăng?"

Gã làm vườn vụt bật đứng dậy. Biển lửa trong lòng gã hốt nhiên lặng tắt. Giữa không gian thơm ngát hương sen, gã quỳ xuống, đảnh lễ Cây-Trí-Tuệ vừa hóa thân. Đó chính là vị Bồ Tát đã tùy duyên chuyển hóa - Ni-Sư Thích Nữ Trí Hải - người chỉ "Ra đời và sống vì lợi lạc chúng sanh" để lại bao thương tưởng trong lòng tứ chúng, dù biết rằng ngài vẫn tận tụy hiến dâng hoa ngọt trái lành trong dòng hợp tấu luân lưu bất tận.

*Ni trưởng một đời chăm lo công tác xã hội
và phiên dịch kinh điển*

SÔNG XUÔI RA BIỂN

GIÁO SƯ CAO HUY THUẦN

Tôi gặp lại Sư Cô TRÍ HẢI ngay lần đầu về nước, tại Huế, năm 1980. Từ trong chùa Hồng Ân bước ra sân, tôi gặp Cô đang ngoài sân bước vào chùa. Tôi chấp tay cúi chào Cô. Cô chấp tay cúi chào tôi. Mười lăm năm xa cách mới gặp lại Cô, cảm động dường ấy, xôn xao nỗi này, vậy mà niềm vui như nằm yên trong hai bàn tay, tĩnh lặng như sân chùa buổi sáng. Khi tôi buông bàn tay ra, nỗi vui mới sổ lồng như chim. Cô cũng vậy, như nắng tháng tám vừa làm tan sương buổi sáng. Tôi nói: "Xin Chị tôi gọi Chị là chị lần này nữa thôi, tôi chưa quen gọi Chị là Sư Cô được". Tôi nói thế, nhưng trong lòng tôi, tôi biết ngay từ giờ phút ấy, chị Phùng Khánh bạn tôi đã vĩnh viễn tan như sương buổi sớm dưới nắng ban mai của một đại nguyện.

Cách đây mấy năm, cũng một buổi sáng, nhưng giữa Sài Gòn náo nhiệt, tôi nhân dịp ghé thăm Vạn Hạnh, tỏ ý với Thầy Trung Hậu muốn cùng đi qua thăm Cô. Thầy nói: "Giờ này chắc Cô Trí Hải đang ngồi thiền". Thầy tưởng tôi thất vọng. Không phải đâu, tôi nghe nói thế, lòng quá vui. Lòng tôi quá vui như mỗi khi về Huế, bước qua cổng chùa nào trên đồi Nam Giao vào hai thời công phu sáng chiều, đều nghe đồi núi văng vẳng tiếng tụng kinh. Ở thời buổi nhiễu nhương náo loạn này, còn có một người ngồi thiền không ai dám động, còn có tiếng kinh kệ văng vẳng giữa núi với mây, tôi còn giữ được niềm tin, cuộc đời còn đẹp, cái gì đáng tin vẫn tin, cái gì thật còn thật.

Thật, chuyện bây giờ đã thành khó thấy ấy, ai cũng thấy nơi Cô. Cô thật như một người trí thức, trong suy nghĩ cũng như trong hành động. Cô thật như một người đạo hạnh, bên trong lẫn bên ngoài. Cô thật như một Ni Sư lớn, lớn nhất, trong thế hệ của chúng tôi. Cô thật như một tấm gương.

Có lẽ vì chuộng cái thật như thế nên Cô suốt đời làm người học, học không mỏi mệt, và cách học hay nhất của Cô là dịch. Cô dịch kinh và dịch sách, sách Phật nào có giá trị nhất, lợi ích nhất, kim cổ Á Âu, là Cô dịch, không nghỉ. Nhìn công trình dịch thuật của Cô, mấy ai theo kịp, vừa lượng vừa phẩm. Cô giỏi ngoại ngữ từ khi còn ở trung học. Cô viết văn rất hay, vui, nghịch, đài các. Lúc trẻ, Cô dám dịch cả Hermann Hesse, văn viết như thơ. Nhưng Cô viết ít, dịch nhiều như tuồng dịch cũng là cách tu của Cô. Như tuồng Cô không muốn phô trương về mình. Như tuồng Cô chỉ muốn mượn cái đúng trong sách, trong kinh, để nói cái đúng, nhìn đúng, hiểu đúng, thấy đúng. Tài riêng của Cô trước khi đi tu, nét bút văn chương hoa gấm trời cho, Cô chỉ dùng để làm trong sáng bản dịch. Có lẽ Cô cho đó là hình thức, không phải nội dung.

Chỉ với phong cách tu đó mà thôi. Cô đã gần Phật rồi. Huống hồ ai cũng chẳng biết Cô còn đi đây đi đó, xả thân cho việc từ thiện, cứu khổ. Riêng tôi, tôi cứ nghĩ Cô còn gần Phật hơn nữa với hạnh khiêm tốn của Cô. Sinh trưởng trong một gia đình quý phái, bẩm chất thông tuệ, học giỏi, nghịch ngầm và cứng đầu, tôi cứ nghĩ rằng điều khó nhất cho Cô lúc đi tu là những luật lệ nhằm chế ngự tính kiêu hãnh, ngã mạn, nhất là những luật mà giới Ni phải chấp hành đối với giới Tăng. Nhưng hình như đó không phải là vấn đề đối với Cô. Đối với Cô, người đã dịch Đạt Lai Lạt Ma, trở ngại là bạn tu, nghịch chướng là giải thoát. Càng cúi xuống, Cô càng cao lên trong sự ngưỡng mộ của mọi người.

Với tất cả những đức tính hiếm có đó, ai cũng thương tiếc ngàn lần: Cô là một bậc Ni lớn. Đời tu hành của Cô, vững chắc trên niềm tin của đại thừa và trong an vui của thiền, là câu trả lời bình thản - và quá đẹp - của Phật giáo Việt Nam trước những tranh luận gay gắt của thời đại, nhất là ở Âu Mỹ, về vấn đề nam nữ. Giữa nam và nữ, đạo Phật tuyên bố bình đẳng, tuy giới tu có khác nhau. Bình đẳng? Đạo Phật đã giải phóng cho phụ nữ. Nhưng ngay trong hai chữ "giải phóng" đã hàm chứa ý niệm phân chia, chưa kể những ràng buộc xã hội, sinh lý, khiến nam và nữ, dù có bình đẳng tuyệt đối vẫn không giống nhau. Muốn giống nhau, cả về mặt tánh lẫn mặt tướng, về bản chất lẫn hiện tượng, chỉ có cách duy nhất là thực hiện triệt để khẩu hiệu mà phong trào nữ giới chủ nghĩa ở Mỹ thả bay như bươm bướm trong những năm bảy mươi: "kill man!". Nhưng có chắc "giết đàn ông" thì vấn đề nam nữ sẽ được giải quyết rốt ráo? Hay là phải tìm chìa khóa trong hai chữ sau đây của tổ Bồ Đề Đạt Ma? Tôi định bụng sẽ hỏi ý Cô trong dịp hè sắp đến, nhưng Cô đã đi mất rồi!

Lương Vũ Đế hỏi Bồ Đề Đạt Ma:
- Ý nghĩa cao nhất của Phật pháp là gì?

Bồ Đề Đạt Ma đáp:
- Trống rỗng, chẳng có cái gì là cao.

Vua lại hỏi:
- Vậy ai đang ngồi trước mặt ta đây?

Đáp:
- Không biết.

Đưa hai chữ "không biết" cao siêu của tổ vào đây, tôi ý thức được sự nông cạn của tôi. Nhưng ai rốt ráo hơn ai, "kill man" hay là "không biết"? Tổ không biết cả tổ, nói gì đàn ông với đàn bà! Tôi dựa thêm vào kinh Pháp Hoa để nắm vững chìa khóa trong tay. Phẩm 14, Phật dạy Văn Thù:

"Trong thời kỳ dữ dội sau này, muốn diễn giảng Pháp Hoa, thì phải đặt mình vững chắc vào trong bốn cách sống an vui". Một trong bốn cách là "thường ưa ngồi thiền, ở chỗ không bị quấy nhiễu, tập trung mà sửa chữa tâm mình". Rồi sao nữa? Rồi xét sự vật là không, thấy thật tướng các sự vật là "không thác loạn, không dao động, không suy thoái, không chuyển biến... không phát sinh, không xuất hiện, không nổi dậy, không danh từ, không khái niệm... không số lượng, không giới hạn, không trở ngại, không ngăn cách... chỉ do tương quan mà có". Dạy "không" như vậy rồi. Phật nói tiếp:

"Cũng không phân biệt
Này đây là nam
Này đây là nữ".

Cô Trí Hải gọi sư mẫu của Cô, Sư Bà Diệu Không, là Thầy. Thiện nam tín nữ gặp Cô, gọi Cô là Sư, chỉ thân thuộc mới gọi Cô là Cô. Người đang sống yên vui diễn giảng Pháp Hoa kia là Ni hay là Sư? Ai thành Phật trong kinh Pháp Hoa, đàn ông hay long nữ? Mà long nữ lại thành Phật rất nhanh, chỉ trong chớp mắt:

"Bấy giờ long nữ hai tay nâng viên ngọc hiến lên Đức Thế Tôn. Đức Thế Tôn nhận liền. Long nữ thưa: đem thần lực của các ngài nhìn sự thành Phật của con thì sự ấy còn mau hơn việc này".

Phụ nữ cũng có thể thành Phật là xác quyết của chính Phật. Thân xác nam nữ không phải là cản trở, nữ biến thành nam trong Pháp Hoa, nam chuyển thành nữ với Quán Thế Âm bồ tát. Thông hiểu kinh sách thâm sâu, hành thiền chuyên cần, tinh tấn, còn ai biết rộng hơn Cô trong chữ "Không" của Pháp Hoa để đối đãi trọn vẹn với giới luật? Cô để lại hình ảnh một bậc Ni toàn vẹn mà Phật giáo Việt Nam tự hào, hình ảnh đẹp và thanh thoát của một hành trình đi vào chữ "Không". Trước chữ "Không" đó, đâu là tăng, đâu là ni; có ai cao, có ai thấp; có ai giống, có ai khác? Kinh Duy Ma, kinh Thắng Man tuyệt vời trên quan điểm này. Tôi chỉ xin được thêm ở đây một kinh ít được người biết, rốt ráo hơn cả Pháp Hoa, đưa "sự không phân biệt" của Pháp Hoa đến mức tận cùng: kinh Hải Long Vương, mà tôi muốn đọc vài câu trong niềm tưởng nhớ Cô Trí Hải.

Phẩm 14: "Ngài Ca Diếp nói với long nữ Bảo Cẩm và các long nữ khác: vô thượng chánh giác rất khó thành đạt, không thể dùng thân người nữ để thành Phật được. Bảo Cẩm thưa: nếu người nào đem thân vốn thanh tịnh thực hành bồ tát thì thành Phật không khó. Người ấy phát đạo tâm, thành Phật như thấy lòng bàn tay... Nếu nói rằng không thể lấy thân nữ để thành Phật thì thân nam cũng không thành Phật được. Tại sao? Vì đạo tâm đó không nam không nữ. Như Phật đã dạy: con mắt vốn tự không nam không nữ. Tai, mũi, miệng, thân, tâm cũng thế, không nam không nữ...".

Cô Trí Hải đang cười tôi lý luận. Lý luận là chưa tu. Cô đã vượt trên lý luận rồi. Như thế, Cô thong dong, như dòng sông đã êm xuôi ra biển.

(trích trong "Thấy Phật". Nxb Tri Thức, tháng 4/2009, tr. 97-103)

IN MEMORIAM:
NỮ-SĨ THÍCH NỮ TRÍ HẢI

GIÁO SƯ TRẦN NGỌC NINH

Tin đến thật đột ngột và bất ngờ. Tôi về nhà muộn, tối ngày 8 Tháng Mười Hai, 2003, thì được vợ chồng Bác-sĩ Vũ Đình Minh báo cho biết là Ni cô Trí Hải ở Việt Nam vừa bị một tai nạn lưu thông làm chết ngay trên đường ở Long Khánh, khi từ Phan-thiết trở về.

Tôi không muốn tin, vì cô Trí Hải mà tôi biết từ hơn 30 năm trước đây và vẫn thường chỉ gọi là Cô tại trong Đạo không có thời gian, không có chức tước - cô Trí Hải bị gẫy xương sống mới mấy tháng trước còn chưa hồi phục, ngồi lâu còn chưa được lẽ đâu lại đã dám đi Phan Thiết để bị tai nạn xe. Không muốn tin nhưng cũng phải tin, vì ngay sáng hôm sau, phối kiểm lại với Mai Hương, cháu Cô ở Gardena không xa lắm, mà Cô giao cho việc quảng hóa đã từ chín năm nay tập nguyệt-san *Tuệ Uyển* mà Cô ẩn danh để chủ trương, thì được biết rõ trong chi-tiết cái tai-nạn thảm-khốc và phi lý đã lấy đi, không những một vị chân-tu và tài-nữ đã làm vẻ vang cho dân-tộc và đạo-pháp Việt Nam trong thế kỷ đau thương này, mà còn một vị sư-nữ và ba Phật tử nữa, trên con đường vô-tận để cứu khổ cứu nạn của Đức Bồ-tát Quan-Thế-Âm.

Rồi suốt mấy ngày sau, những tin tức qua các làn sóng vô-sắc từ Washington, từ Pháp, từ Đức, từ Nhật đổ vào tim vào đời của kẻ sống tha hương này, cũng vẫn chỉ tin ấy như thể là tất cả thế-giới của người Việt ngoài nước Việt cùng đau bàng hoàng và rung động trong cùng một niềm thương cảm và nhớ tiếc.

Trong khuôn-viên của Trường Đại Học Vạn Hạnh mà tôi đến thường xuyên trong những năm đầu của thập-niên Bảy Mươi nhưng chỉ thoáng qua như những cơn gió quái mỗi tuần một giờ để giảng về những môn học không y-khoa cũng không Phật-giáo như xã-hội-học tôn-giáo, lịch-sử văn-minh, lịch-sử văn-hóa Việt Nam, lịch-sử tư-tưởng Việt Nam, có lẽ tôi cũng có thấy bóng hình của người ni-cô ấy, mình thanh mảnh mà vững vàng, khoan-thai mà vẫn nhanh-nhẹn, đi lại trong sân hay những hành-lang của Trường giữa khu Hành-chánh và các lớp học, như một sinh-viên chưa có tên chưa có tuổi. Đó là hình-ảnh của một người lý-tưởng trong nhãn-giới của Phật-giáo, một mặt hồ thu trong suốt không gợn sóng, một bầu trời xanh mát không một vấn mây, một người mà trái tim đã thoát ra hẳn ở cõi Chân không trong khi chúng sinh khắp nước còn đang ngụp lặn trong vũng lầy xương-máu của những ý-hệ bánh vẽ.

Bằng đi cả năm tôi không thấy Cô trên cái sân vuông nhỏ của Trường hay những hành-lang hẹp giữa các lớp học, nhưng cũng chẳng để ý gì đến một sự vắng lặng không-liên-quan trong một tổ ong đang cuồng nhiệt làm mật. Cho tới một bữa, Thượng Tọa Viện-trưởng, Thầy Minh Châu, yêu cầu tôi lên Diễn-đàn lớn của Viện để thuyết giảng trong ngày Phật-đản về một vấn-đề cực khó mà tôi chưa hề nghĩ rằng có thể có ai dám tưởng lầm mình hiểu biết được một mảy-may. Thượng Tọa muốn tôi nói về cốt-tủy của Giáo-Pháp trong thời Đức Phật. Tôi thoái thác, Thầy nài nỉ, tôi khước từ, Thầy nhất quyết, và cuối cùng không trốn được, tôi đành nhận. Và vì không biết gì, tôi phải vào Thư-viện Vạn Hạnh để tìm tài-liệu.

Và tôi lại được gặp lại Ni-cô Trí Hải. Cô vẫn nhỏ nhắn, Cô ngồi trên một cái ghế gỗ bên một cái bàn ở gần cửa ra vào, như trong Đại Tạng Kinh Đức Thế Tôn dạy các môn-đồ trong Tăng-già, "ngồi kiết-già, lưng thẳng, quán sát sự an-tịnh của mình." Nhưng Cô không đang thiền định. Cô đọc sách hay đọc Kinh và chính định khi đọc. Cô đọc mà tọa thiền, Cô đọc mà hành thiền, Cô đọc mà tham thiền và nhập thiền.

Tôi lại gần và xin lỗi rồi hỏi Cô về phòng của thủ-thư. Cô trả lời: "Thưa Bác-sĩ, là tôi". Tôi giật mình, không phải vì Cô biết tôi, mà vì trong cái kinh-nghiệm cũng đã già-giặn về các Thư-viện trên thế-giới, ở Pháp, Đức, Anh, Nhật, người thủ-thư bao giờ cũng là một vị học-giả tuổi cao, đức trọng, với một sự hiểu biết thông cổ quán kim, mà học-giới trong nước phải tôn kính và khó có ai có thể đến gần được nếu không có lời giới-thiệu của một tôn-giáo có uy-danh về một vấn-đề nghiên-cứu khó-khăn còn bế tắc. Tôi nhớ lại một truyền-thuyết đã gần hai ngàn năm tuổi rằng Chùa Thiếu Lâm ở Thất-Sơn có một Tàng-Thư-các để trên một đỉnh núi cao, nhà sư được cử lên để quét dọn và trông nom Kinh Sách bao giờ cũng là người chỉ đứng sau có Phương-trượng về chức-vụ, và về trí-tuệ thì thâm sâu không ai lường được.

Tôi trình bày với Cô về vấn-đề nan-giải mà Thượng Tọa Minh Châu đòi hỏi ở tôi và sự rỗng-không trong trí-óc của tôi về giáo-lí. Tôi cần tìm đọc để có một chút hiểu-biết. Cô dẫn tôi vào những hàng sách dựng đứng song-song trong một từng của Viện như những hàng kẻ của một cuốn vở chép nhạc hay những luống của một cái máy cày khổng-lồ trên một nông-trường bát-ngát, ở trên xếp đầy-đặn ngay-ngắn những sách gáy da trang-nghiêm, với những dòng chữ hoa-mĩ thiếp vàng, đây là chữ Pali và Sanskrit như những rặng cây trồng rễ nổi rắn cuộn khúc, nọ là chữ Hán vuông vắn, kính cẩn và khắc khổ, rồi chữ Nhật vung-vẩy, tài hoa nhưng vẫn khuôn-phép, chữ Tây-tạng thanh-thản, tĩnh tịch và ảo huyền. Có những ô sách chữ gì tôi phải đọc bảng chú mới biết là chữ Miến-điện, Tích-lan hay của một dân-tộc đã không còn trong cõi vô-thường thuộc Trung-Á xa-xưa. Trong cõi ta-bà của loài người, Đạo Phật đã đến những vực đất đông người và những sa-mạc không có một ngọn cỏ, những làng mạc chỉ có cỏ bồng và những ngọn gió phũ-phàng để trải bông cỏ ra xa ngoài ngàn dặm. Rồi đến những sách của thế-giới hiện đang nắm vận-mệnh của loài người, mà Đạo Phật đang thẩm-nhập nhưng mới ở tầng trí-thức cao nhất, Anh, Mỹ, Pháp, Đức, Ý, Nga, đem Trung-Đạo vào đứng giữa những chủ-nghĩa vô-thần và những tôn-giáo độc-thần. Rồi đến Việt Nam. Sao mà nghèo nàn, èo ọt! Sao mà khổ-ải, điêu-linh! Với cái công khai quốc và khai sáng, sau hai ngàn năm hoằng đạo với Sư Khuông Việt và Sư Vạn Hạnh, mà sao lèo tèo chỉ có ngần này cuốn sách tiếng Việt trong một Thư-viện Phật-giáo và của cả quốc-gia.

Đang trầm-ngâm khóc thầm cho sự suy-vi của tôn-giáo có thể gọi là quốc-giáo trong thời độc-lập Lê, Lý, Trần, trong khi trên khắp thế-giới những con hạc trắng đội Kinh Phật đang bay đi reo rắc những lời lành của Thế-tôn đến những đất tuyệt-đỉnh văn-minh của nhân-loại đương-thời, tôi bỗng bừng tỉnh khi Ni-cô thủ-thư của Thư-viện hỏi tôi: "Bác-sĩ đã có ý nghĩ gì chưa?"

Tôi trả lời: "Cốt-tủy của giáo-lý? Tôi nghĩ rằng không có ai có thể biết được, ngoại trừ chính Đức Phật. Những ngày cuối-cùng của Đức Phật, chắc Ngài có nói lại cho các môn-đồ trước khi Ngài nhập Đại Bát-Niết-bàn. Nhưng kinh-sách như rừng, biết tìm đâu cho thấy trọng-tâm của rừng rậm vô-biên; trí tuệ của Đấng Vôthượng như biển cả, làm sao mà đúc lại được thành một giọt tinh-túy?"

Ni-cô nói "Bác-sĩ tìm trong Kinh Tạng xem Thượng-Tọa Viện-Trưởng đã dịch được hết Trường Bộ. Thư-viện có bản Anh-văn của cả Tam Tạng, bản Pháp-văn và Đức-văn cũng có. Bác-sĩ cần phần nào xin lấy về mà xem."

Tôi vào sổ rồi bưng sách ra cỗ xe tám ngựa của tôi mà về, nghĩ đến cuộc thỉnh-kinh ở Tây Trúc xưa của Nghĩa Tịnh và Huyền Trang qua ngàn nguy vạn khó mà rùng mình. Rồi trong những đêm thanh vắng sau đó, dưới ánh sáng của một trăm hai mươi ngọn nến trong cái bong bóng đèn thuỷ tinh, tôi nhận từ nguồn những lời trong và mát như nước suối, cứng và sắc như kim-cương, hiền và dịu như lòng mẹ, của Đức Như Lai vô cùng thánh thiện. Và được nghe thấy Ngài tha thiết nói với các môn-đồ, có Ananda rầu-rĩ, khắc-khoải, nghi-hoặc quì bên. Ngài nhắc lại Bát Chánh Đạo, từ Chính Kiến đến Chánh Định, là cốt-tuỷ của Đường Thanh-Văn, và bảo rằng "Mỗi người là một Vị Phật đang thành," là tinh-túy của Bồ-tát-Đạo. Rồi Ngài nhắm mắt, nhập sơ-thiền lên thiền vô-sắc mà vào Cõi Đại Bát-Niết-bàn ở ngay đây và khắp nơi trong ba ngàn vũ-trụ.

Mỗi năm trong ba năm liền, tôi gặp lại Ni-cô trong Thư-viện, với mỗi năm một vấn-đề mà tôi phải giải đáp cho tôi, để rồi nói lại cho các đồng-đạo hữu-học nhưng vẫn cầu học, tu tập như chư thiên và bồ-tát trong Đại-Giảng-đường của Viện Đại-Học Vạn Hạnh. Năm đầu tôi đã thưa, tôi phải nói về cốt-tuỷ của Giáo-lý. Năm sau, tôi bị yêu cầu nói về *Tư-tưởng Cổ-Ấn trong thời Đức Phật* và nhờ thế, tôi đọc kỹ Kinh Phạm Võng (Brahmajala) và hiểu được những im-lặng của Thế Tôn. Năm cuối cùng, tôi phải nói về *Đức Phật và sự cải-tạo xã-hội*; tôi hiểu ra trong ánh sáng chan-hòa, rằng lời dạy của Phật Tổ là cho chúng ta trong thế-giới của ngày hôm nay, và tôi viết cuốn *"Đức Phật giữa chúng ta"* để trình bày tư-tưởng cứu khổ cứu nạn của Đấng Từ-Phụ.

Trong những năm tháng cực-kỳ chứa-đựng ấy, tôi được biết rằng Ni-cô có pháp-danh là Trí Hải, 'cái bể trí-tuệ,' trước đây đã du học ở Hoa-kỳ, và là giáo sư Anh-văn bậc Trung-học. Sinh-trưởng trong một gia-đình quý-tộc nổi tiếng trên thi-đàn cổ-văn, Cô đã dùng tên thực là Phùng Khánh cùng với em là Phùng Thăng dịch một tiểu-thuyết triết-lý có tính-cách một thi-phẩm trữ-tình (roman lyrique-philosophique) của Hermann Hesse có tựa đề là *Siddhartha*, từ nguyên-tác tiếng Đức sang Việt-ngữ (*Câu Chuyện Dòng Sông*). Sau đó là tiểu-thuyết nổi danh *The Catcher in the Rye* của Hoa-kì. (J.D. Salinger)

Nhưng rồi Cô từ bỏ hết và xuất-gia đi tu, thụ giáo Sư Bà Diệu Không. Khi thành lập Đại-Học có tên là Vạn Hạnh để vinh danh vị thiền-sư đã nuôi dưỡng và giáo huấn Lý Công Uẩn, vị vua mồ-côi sáng-suốt và nhân-từ bậc nhất của Lịch-sử Việt Nam, cô Trí-Hải, vì thành-tích văn-hóa của Cô, được gọi về để làm Giảng-sư Ngoại-ngữ của Trường, đồng-thời làm Tổng-Thư-kí cho Viện. Nhân dịp này, Cô lại được truyền thụ cái học uyên-bác của Thượng Tọa Viện-Trưởng và học thêm hai Phạn-ngữ Pali và Sanskrit, trước khi nhận lãnh công-việc thủ-thư Thư-viện Đại Học. Những công-quả của Cô trong Phật-sự và Giáo-dục đã được các Chư-Tôn-Đức, biết rõ cả đến những việc không-tên đầy nghĩa Thiền, như việc Tổ Huệ Năng giã gạo, của Cô, chứng và nói ra. Tôi chỉ kể qua cuốn *"Câu Chuyện Dòng Sông"*, một tuyệt-phẩm rất thâm-sâu và khó của nhà văn thi-sĩ Hermann Hesse mà Cô đã dịch từ nguyên-văn tiếng Đức khi mới rời ghế nhà trường. Bản dịch của Cô đẹp và chân đến nổi người đọc có thể đọc đi đọc lại mà vẫn thấy như là một nguyên-bản tiếng Việt, với lời văn chải chuốt tự-nhiên, khi thơ mộng, khi trầm tích, phản ánh tư-tưởng nhất-như của tác-giả. Những người nhận được cái thông-điệp cao-cả của sách đã từ bỏ được sự vô-nghĩa của đời sống hưởng-thụ không phải là ít.

Sau cuốn *Bắt Trẻ Đồng Xanh*, Cô Trí Hải để hết tâm trí vào việc dịch các tác-phẩm Anh-văn của những bậc chân-tu ngoại-quốc. Trong cái nhìn hời-hợt của số đông, người ta thấy Cô đi từ Tiểu Thừa chính-thống của Phái Trưởng Lão (*Đạo Phật, Con Đường Thoát Khổ*) đến sự thanh-thoát của Thiền-Môn (*Tâm Bất Sinh*) và những giáo-pháp Tâm-Ấn của Mật-Tông. Và Cô không quên hoàn thành bản dịch quyển luận-án rất thông-bác của Thầy Minh Châu, so sánh *Trung Bộ Kinh* Pali với *Trung A-hàm* Hán-văn. Tủ sách Phật-giáo của Việt Nam đời nay được giàu thêm những công-trình cao-quý của Cô. Tôi hiểu rằng trong đời, Cô đã được dẫn từ con đường lớn của Bồ-tát-đạo sang Đạo Thanh-Văn, rồi lại từ Thanh-Văn-đạo sang Bồ-tát-đạo của Đức Quán-Âm và Cô đã thực hiện Pháp-Hoa Chân-Kinh không phân biệt.

[...]

Cô Trí Hải trở về Chùa và trở lại với những hoạt-động xã-hội và giáo-dục của Cô (...). Trong năm qua, Cô bị gãy xương sống và phải nằm mấy tháng; trong thời-gian ấy, mỗi ngày Cô làm một bài thơ để cảm ơn những người đến thăm Cô. Cô chưa khỏi nhưng đã nhịn đau, từ Hóc-môn đi Phan-Thiết để giúp đồng-bào nghèo đói và trẻ em mồ-côi ở vùng đất bị bỏ rơi ấy. Lòng từ vô-úy của Cô đã được đáp lại bởi hành-vi vô-trách của một ông tài-xế vội-vã.

Cùng với các Phật-tử trên toàn thế-giới, cùng với các bậc trí-thức thiện-tâm trong nước, tôi khóc Ni-cô Trí Hải.

(In trong nguyệt-san Khởi Hành 193, tháng 11.2012)

NHƯ SƯƠNG NHƯ ĐIỂN CHỚP - CÂU CHUYỆN DÒNG SÔNG

GIÁO SƯ THÁI KIM LAN

Không còn biết nữa thời gian có hiện hữu hay không, cảnh trước mắt đã hiện ra trong một giây hay đã tròn một thế kỷ, không còn biết nữa đây là Tất Đạt Đa hay Đức Thế Tôn, một tiểu ngã hay cái gì khác. Thiện Hữu như vừa nhận mũi tên thần diệu đâm sâu vào trong chàng đem lại cho chàng niềm hân hoan. Vô cùng mừng rỡ, Thiện Hữu vẫn đứng một lúc, nghiêng mình trên nét mắt bình an của Tất Đạt mà chnàg vừa hôn lên, nét mặt đã là sân khấu cho tất cả những hình hài hiện tại, vị lai. Vẻ mặt chàng không đổi sau khi làn gương của muôn nghìn hình thái đã biến mất. Tất Đạt mỉm cười bình an, hiền từ, nụ cười có vẻ đầy ơn huệ, cũng có vẻ châm biếm, hệt như đấng Giác Ngộ đã cười. Thiện Hữu cúi thấp. Những giọt nước mắt không ngăn rỉ xuống khuôn mặt già nua. Chàng thấy tràn ngập một cảm giác yêu thương lớn rộng, ngập tràn niềm kính cẩn. Chàng phủ phục quỳ trước con người đang ngồi bất động, mà nụ cười nhắc chàng nhớ đến mọi sự chàng đã từng yêu thương trong cuộc sống, mọi giá trị và thánh thiện trong đời chàng". (H. Hesse, Siddhartha, Câu Chuyện Dòng Sông, Phùng Khánh dịch, trang 165, tái bản song ngữ trong Tuyển tập Văn học Đức Việt, tập 3, Giao lưu Việt Đức 2002).

Những dòng chữ này đã đến với chúng tôi trong thập niên 60, trong những ngày tháng của tuổi trẻ bồng bột và hăng say, nơi đó khát vọng và đam mê còn đầy như giờ thủy triều đang lên, tình yêu và ảo vọng còn căng ứ như những cánh diều lộng gió, và mọi hứa hẹn còn là những thúc dục lên đường viễn khơi mạo hiểm. Giữa những ngốn ngang đam mê dại khờ đầy vọng tưởng cao xa và vọng ngoại như thế, "Câu Chuyện Dòng Sông" bỗng hé mở một thứ ánh sáng lạ lùng đến từ góc nhìn của một người nơi hành tinh khác, phản ánh như một tấm gương để nhìn lại mình, và bỗng thấy nhân vật chủ thể là mình đang vong thân xa lạ với chính mình. Mơ hồ câu hỏi tự vấn bỗng dấy lên ở một ngõ ngách nào đó trong dòng ý thức sống mà chính mình trong vô minh và ham muốn chưa nhận được chân tướng bản lai. Một câu hỏi từ đó đi theo cả suốt đời người, như một tìm kiếm, không phải hòng mong tìm được một vật thể ở ngoài để sở hữu trong tay.

Trực giác của tuổi trẻ chỉ báo tin rằng, đây là một hành trình ngược chiều, trên con đường tìm về nội tâm, để gặp điều mà Thái tử Tất Đạt mấy nghìn năm trước đã chứng ngộ.

Tôi đã gặp chị Phùng Khánh lần đầu tiên như thế, không bằng hình hài, mà qua "Câu Chuyện Dòng Sông" hay "Siddhartha" của H. Hesse, qua ngọn bút dịch thuật tài hoa của chị. Như một kẻ đầu đàn trong giới nữ lưu tiếp cận với văn hóa tây phương, Phùng Khánh đã khám phá "Siddhartha" như một của báu và trao lại cho chúng tôi. Từ đó không thể nào quên những giây phút lạ lùng giữa những cuốn hút của dòng văn, con mắt của chính mình đã hơn một lần choàng tỉnh nhận ra "của báu trong nhà tìm kiếm mãi" đang được một người ngoại cuộc nâng niu, rồi có một người chung cuộc trang trọng trao lại cho mình. Bỗng như liên cảm, tuy chỉ văn kỳ thanh mà đã thấy tri ân chị Phùng Khánh xa lạ chưa quen.

Khi tôi gặp chị trong phong trào Phật giáo giữa năm 1964-1965 thì chị đã là sư cô Trí Hải trong chiếc khăn bịt đầu và tấm áo nâu đơn giản, đã là một cánh tay đắc lực cho quý ôn và quý thầy trong công việc Phật sự văn hóa. Trong một giây tôi đã nghĩ rằng: chị đã lên đường rồi đây, cương quyết hơn tất cả những người cùng thế hệ, giã từ cuộc chơi phiêu lưu ảo tưởng là cuộc đời nhiều hứa hẹn cám dỗ. Chị đang cất bước trên "đường về nội tâm", làm cuộc thể nghiệm đích thực theo dấu vết của nhận vật siêu nhiên Tất Đạt Đa. Bỗng thấy có một chút kính nể và sợ hãi nơi dáng điệu khắc khổ và nghiêm trang của vị nữ tu trẻ tuổi này. Gương mặt và đôi mắt sáng ngời tỏa ra nghị lực nội tâm không có gì có thể lay chuyển trong chí nguyện tu học, Sư cô Trí Hải đã không ngừng thể hiện tri và hành trong thế nhất quán Bi Trí Dũng của lời dạy Đức Phật và của các bậc Đạo sư. Đôi khi quá nghiêm khắc và nghiêm minh đến nỗi làm e dè những kẻ hay dễ dãi với chính mình trong việc tu tâm. Ni cô đã nổi tiếng trí tuệ nhất mực, chuyên cần nhất mực, giữ giới nghiêm túc không ai bằng, nhưng không bao giờ tự mãn. Có lần Sư cô đã tâm sự sau khi Sư bà Diệu Không, Hòa thượng Thiện Siêu viên tịch rằng "sự học nơi những vị tôn sư không bao giờ cạn, luôn luôn ta có thể khám phá nơi người đi trước những NÉT ĐẠO tuyệt đẹp mà chỉ những giờ phút gần gũi ta mới thụ nhận được". Không cần một chút son phấn phù hoa, người nghe bỗng thấy được tham dự trong một vùng ánh sáng rực rỡ của vẻ đẹp tinh thần đến từ đức hạnh cao quý của vị nữ tu.

Chính vẻ đẹp cao quý tổng hợp được những nét của con người Phật tử Việt Nam bằng trí tuệ và tình thương này đã có sức mạnh thuyết phục những người xa lạ. Có lần, một sinh viên Đức làm luận án cao học về so sánh các tôn giáo hỏi tôi về Phật giáo Việt Nam và những vị trong hàng tu sĩ. Tôi đã giới thiệu các vị tôn túc ở Việt Nam. Sau chuyến đi tham khảo, sinh viên ấy trở lại Đức, gặp tôi để cám ơn đã cho anh ta cơ hội gặp, tìm ra và hiểu được Phật giáo Việt Nam qua một vị nữ tu sĩ. Người sinh viên đã tả hình dáng và gương mặt của vị mà từ đó anh ngưỡng mộ là vị Thầy Việt Nam. Tôi nghe và biết đó là Sư cô Trí Hải. Hôm ấy, tôi đã vui và hạnh phúc như chính mình được gặp cố nhân.

Một người Đức khác, xúc động nghe tin Ni sư viên tịch, gặp Ni sư trong công tác từ thiện hơn 10 năm, Tiến sĩ W. Boehme của Hội W.P. Schmits - Stiftung, đã nhận chân được ý nghĩa sâu xa đạo Phật nằm trong từ bi và trí tuệ qua hành sự của Ni sư. Ông đã từng nói: "chương trình cứu trợ từ thiện nào ở Việt Nam có sự đỡ đầu của Ni sư Trí Hải đều nên được bảo trợ".

Không gặp Sư cô, những lúc như thế tôi cảm nhận được thọ ơn đầy an lành!

Trong những năm sau, có thể nói mỗi lần gặp Ni sư Trí Hải là mỗi lần vui pha lẫn kính trọng. Vui trong niềm an lạc, vì nhận ra bước chân của Sư cô càng lúc càng thanh thoát nhẹ nhàng, mọi chiến đấu nội tâm trong thuở ban đầu không để lại dấu vết, tâm hồn nghệ sĩ thoáng mát trên gương mặt sáng rỡ nụ cười rộng lượng. Không chỉ còn một con đường nội tâm hạn hẹp mà nụ cười ấy là muôn nẻo vào cửa Giác Ngộ: "Bạn có thể vào Thiền bằng bất cứ ngõ nào, vì toàn thể đời sống là một thiền định sâu xa: núi đồi, trăng sao, hoa lá, cây cỏ, toàn trái đất đều đang nhập định. Bởi thế, bất cứ gì cũng có thể trở thành ngõ vào Thiền". (Thích Nữ Trí Hải, Cảm Hứng Từ Những Pháp Thoại Osho, viết theo lời thỉnh nguyện của Thái Kim Lan, www.Khuongviet.com).

Từ nơi xa, đọc những lời của Sư cô, thấy như tâm được chỉ nơi an trú và biết rằng Ni sư Trí Hải đang cười khi nghe những kẻ còn vướng tục lụy như tôi đang làm chay, hát bội trong cõi ta bà, rằng

Ni sư cũng muốn có một tấm vé đi xem hát như một người mê hát, chỉ khác chúng tôi một điều: nơi Sư cô "mê ngộ" đã trong suốt như tiếng cười pha lê. Và tôi đã đinh ninh an tâm như thế ở nơi phương trời xa: biết rằng nơi quê nhà, tháng lúc tôi có dịp quay về, ở đó có một Dòng Sông đang chảy, và có một cô lái đò với nụ cười đang thong dong chờ những kẻ biết quay về muốn qua sông mà bơ vơ không có người chỉ nẻo.

Tin Sư cô liễu sinh đã đến với em trong một tâm thức như thế, thưa Sư cô! Chắc chắn Sư cô đang cười và đưa một ngón tay lên trong thế hoa sen và bảo rằng: "chị Kim Lan thấy chưa, chị đang chấp vào một hình ảnh! Chị còn mê mờ lắm! Chị chưa thiền!" Cô đã nói: "Khi thiền định, ta thấy mình chỉ như một làn sóng trên đại dương cuộc đời. Nói cho cùng thì chỉ có biểu hiện sự hiện hữu mà thôi. Không thể có những làn sóng mà không có biển. Sóng chỉ là hiện tượng mà biển thì là thực chất". (đã dẫn trên)

Quả thật như thế, thưa Sư cô, tin Sư cô và cùng với hai thị giả là cô Tuệ Nhã và Phước Tịnh đã như một tiếng sét, như ánh chớp vụt đến làm rụng rời. Nhưng ngay sau giây phút bàng hoàng, không hiểu sao từ lúc ấy hình ảnh Sư cô hiển hiện trong tâm không dứt: thong dong, tự tại, hoan hỉ, cô đang cầm tay hai người đệ tử cùng đoàn lữ nhân du hành trên biển cả. Vũ trụ đang quay cuồng trong pháp hữu vi "mộng huyễn bào ảnh", cô đang cùng đệ tử vượt cơn sóng dữ trong nụ cười:

"Chúng ta cũng chỉ là những làn sóng trên đại dương và vũ trụ. Hơi thở vào của mỗi người là hơi thở ra của người khác và của cây cối, mọi sinh vật khác. Trong ta có toàn thể mọi người, mọi sự". (Thích Nữ Trí Hải, đã trích dẫn)

Có phải không cô Tuệ Nhã và Phước Tịnh, và những người lâm chung? Có phải hai vị đang cùng với Ni sư đang vượt dòng tố để đến vùng ánh sáng móng trời? Cô Tuệ Nhã ơi, em đã giật mình khi nhận ra cô trên di ảnh, Sư cô có cặp mắt đen như hai hạt nhãn, nét mặt sáng như sao, người ốm nhỏ như sóc. Mỗi lần gặp cô ra mở cửa, là mỗi lần kính phục Ni sư Trí Hải thâu dạy đệ tử nghiêm minh mà hòa ái, tao nhã mà ân cần, là mỗi lần thương quý các Sư cô vô hạn. Biết rằng quý cô thương yêu và quý trọng vị thầy của mình bất diệt. Hai Sư cô đang bỏ Dòng Sông như sương như điển chớp theo Thầy trên đại dương bao la. Có phải hai Sư cô là ngôi sao, hay cánh bướm, hay hoa ngâu trong vườn ưu đàm, rơi trên vạt áo Ni sư trưởng đang chỉ nẻo và cõi vô sanh?

Nam mô Bổn sư Thích Ca Mâu Ni Phật. Nam mô Tiếp dẫn Đạo sư A Di Đà Phật.

Saigon 11.12.2003.
Phật tử Thái Thị Kim Lan cẩn bái.

Ni Trưởng Thích Nữ Trí Hải trong một chuyến cứu trợ ở An Lai - Huế

VỀ THĂM TỊNH XÁ TRÍ HẢI

BÁC SĨ ĐỖ HỒNG NGỌC

Lâu lắm, từ ngày Ni sư Trí Hải mất đi, tôi mới có dịp trở lại thăm ngôi tịnh xá của Sư ở Hóc Môn theo lời mời của Ni cô Tuệ Dung, đệ tử của Sư. Ngôi tịnh xá đơn sơ mái lá ngày nào nay đã được các đệ tử xây cất lại, trang nghiêm và thanh thoát. Chỉ tiếc không còn mái "lương đình" vuông vắn ở góc vườn là nơi xưa kia tôi thường đến thăm Sư, đàm đạo, tham vấn, học hỏi. "Đàm đạo" với Sư vui lắm, không chỉ nói chuyện kinh sách mà còn là chuyện văn chương thi phú, chuyện các nhân vật gần xa từ Kim Dung, đến Bùi Giáng, Nguiễn Ngu Í, Trần Ngọc Ninh, Tuệ Sỹ... đến Không Lộ thiền sư, Huệ Năng lục tổ...

Tôi biết sư Trí Hải từ lâu, từ hồi cô còn là Phùng Khánh, dịch giả Câu Chuyện Dòng Sông của Hermann Hesse (cùng với Phùng Thăng), 1966. Đó là cuốn sách mà đến nay thỉnh thoảng tôi vẫn còn đọc lại. Cô cũng là người mà khi viết xong cuốn Nghĩ Từ Trái Tim tôi liền gởi bản thảo viết tay đến nhờ đọc, góp ý. Ngay sáng hôm sau, cô đã phone bảo tối hôm đó Hóc Môn cúp điện, cô đã phải đốt đèn cầy mà đọc suốt đêm thứ "chữ bác sĩ" thế này! Cô bảo được lắm, khuyên nên in ra đi, sẽ giúp ích được cho nhiều người đó. Rồi cô đọc cho tôi nghe một bài viết của cô về Có Không. Cô cũng góp ý cho tôi vài điểm ở phần kết của cuốn sách.

Về thăm tịnh xá Trí Hải ở Hóc Môn lần này còn có Thầy Hạnh Bảo - là một người cháu của Sư - vừa ở Đan Mạch về và nhà thơ Tôn Nữ Hỷ Khương, chị em chú bác ruột của Sư. Tôi đã có dịp nhắc lại những kỷ niệm về Sư thuở sinh tiền, những điều tôi học hỏi được ở Sư cho các vị đệ tử Sư nghe. Thầy Hạnh Bảo cũng có một bài pháp thoại ngắn. Buổi họp mặt chân tình và ấm áp. Thế nhưng, hôm đó tôi chưa có dịp nói cho các cô nghe về bài thơ tôi viết tặng Sư (2003) và bài họa của Sư (đã in trong bản thảo Ngọa Bệnh Ca 2, Trí Hải). Hai bài thơ này cũng đã được nhà thơ Trụ Vũ viết thành thư pháp trưng bày ở Thiền viện Vạn Hạnh năm đó trong cuộc triển lãm của ông.

Nay xin "post" lại đây để chia sẻ cùng bè bạn và các vị đệ tử của Sư như một ký niệm.

(12.5.2011)

Có Không

Kính tặng Ni Sư Trí Hải

Có có không không có có không?
Không không có có có không không?
Âm vang một tiếng hư không lạnh
Lấp lánh ngàn hoa nguyệt ánh lồng!
Tuyết cũ năm nao còn lắng đọng
Hương xưa ngày đó đã mênh mông...
Áo ai thấp thoáng bên bờ giậu
Vẫn có mà không chút bụi hồng
...

(9.5.2003)

Có không mê giác

Họa thơ Bs Đỗ Hồng Ngọc

Có cũng không mà không cũng không
Giác mê mê diệt: giác không không
Thấy danh thực hữu: mê dường có
Xem lợi hư vô: giác đã lồng
Vướng có, khổ đau càng thống thiết
Chấp không, tội nghiệp cũng mênh mông
Ngộ tâm ấy Phật, ly trần cấu
Rừng tía không xa chốn bụi hồng.

(Ngọa Bệnh Ca 2)

KHI NGÀI QUA BỜ BÊN KIA

NGUYÊN GIÁC PHAN TẤN HẢI

Ni sư Thích Nữ Trí Hải đã tới với cuộc đời bằng những bước đi thật khiêm tốn, thật nhẹ nhàng và thật dịu dàng, nhưng các bước đi này đã in sâu vào dòng lịch sử dân tộc và vào nền Phật học Việt Nam những dấu ấn khó thể phai mờ. Ni sư Thích Nữ Trí Hải đã viên tịch. Đây là một mất mát không gì đo lường nổi đối với Phật tử Việt Nam. Những gì mà Ni sư đóng góp cho cuộc đời nhiều hơn những gì mà chúng ta có thể nhìn thấy; đó là những gì người ta không thể thấy bằng mắt thường.

Từ một giáo sư Anh văn, tới một Thư viện trưởng Đại học Vạn Hạnh, tới một người luôn luôn hoạt động vì đồng bào đau khổ, và rồi lui về một góc chùa để dịch kinh sách cho đời sau. Một cuộc đời rất mực đơn giản của một Ni sư. Nhưng những dòng chữ của Ni sư, những hạnh nguyện vào đời của Ni sư đã lập nên một quốc độ rất mực thơ mộng cho người đời sau trên lối đi dò tìm thực tướng cuộc đời.

Thời còn ở trung học, tôi đã may mắn được đọc tiểu thuyết "Câu Chuyện Dòng Sông" do Ni sư, lúc đó ký tên theo thế danh là Phùng Khánh cùng với em là Phùng Thăng, chuyển ngữ sang Việt ngữ. Đây là bản dịch cuốn *Siddhartha* của Hermann Hesse. Việc lựa chọn tác phẩm này để dịch cũng là một nhân duyên tiền định:

con đường đi tìm sự hiểu biết, để lắng nghe dòng sông cuộc đời và và để vượt qua dòng sông sinh tử. Khi gấp sách lại, trong một buổi chiều ngồi nơi sân chùa Xá Lợi, tôi vẫn còn nghe văng vẳng bên tai tiếng Dòng Sông chảy và như là tiếng ai gọi đò của hơn hai ngàn năm trước.

Một cuốn tiểu thuyết khác do Ni sư dịch, cũng ngay lập tức được giới học trò Việt Nam ưa thích: cuốn "Bắt Trẻ Đồng Xanh", dịch từ cuốn "The Catcher in The Rye" của J.D. Salinger. Khi sang Hoa Kỳ, một trong những việc đầu tiên mà tôi làm là tìm bản Anh ngữ của cuốn sách này. Không phải cuộc đời này rất mực thơ mộng sao, khi còn giữ tâm hồn trẻ thơ, khi trốn học và chỉ thắc mắc về các con ngỗng, con chim, con vịt trời... nơi một chiếc hồ xứ tuyết.

Không chỉ trên trường văn học, Ni sư vẫn nhiều phen đứng ở hàng đầu các biến động lịch sử của dân tộc và đạo pháp. Ni sư bị bắt trong đợt nhà nước đàn áp Tăng Ni và Phật tử thuộc Giáo hội Phật giáo Việt Nam Thống nhất năm 1984 và 1985: cùng bị bắt với Ni sư đợt này là quý Hòa Thượng Đức Nhuận, các Thượng Tọa Tuệ Sỹ, Trí Siêu (Lê Mạnh Thát), Nguyên Giác, Chơn Nguyên, Sư cô Thích Nữ Như Minh, các cư sĩ Phan Văn Ty, Tôn Thất Kỳ, Lê Đăng Pha, Hoàng Văn Cường, Ngô Văn Bạch, v.v... Đến ngày 30.09.1988, toàn thể 21 người bị bắt mới đem ra xét xử trong một phiên tòa trá hình tại Saigon. Hai án tử hình dành cho hai Thượng Tọa Tuệ Sỹ, Trí Siêu (Lê Mạnh Thát), hai án chung thân cho hai cư sĩ Phan Văn Ty, Tôn Thất Kỳ... Sau vì áp lực quốc tế, nhà nước buộc ân xá hai án tử hình còn 20 năm tù... Khi Ni sư rời nhà tù, mới lui về dịch kinh sách, và nhiều tác phẩm đã được GHPGVN ấn hành.

Chắc chắn là Giáo hội nhà nước, tức Giáo hội Phật giáo Việt Nam, sẽ lúng túng khi in tiểu sử của Ni sư cho một tang lễ trọng đại và đầy đau đớn này. Không lẽ bôi xóa luôn một khoảng nhiều năm trong đời Ni sư?

Nhưng nhìn lại cuộc đời và các tác phẩm của Ni sư, chúng ta sẽ thấy rằng lòng của Ni sư thật sự không có biên giới giáo hội nào. Giáo hội thật sự của Ni sư cũng không lệ thuộc gì tới cả biên giới quốc độ dù đó là Việt Nam hay Ấn Độ... Từ nhiều thập niên, Ni sư đã nhẹ nhàng đứng dậy ra khỏi mọi vướng mắc của cuộc đời, nơi tất cả Sắc Không hết còn gì để ràng buộc, như Ni sư đã viết:

Đã là chân không thì không có sinh tử, khổ vui, mê ngộ. Thấy được như vậy thì luôn luôn ở trong Niết bàn... (Bài "Đường Đi Không Gió Lòng Sao Lạnh")

Ni sư đã thật sự bước vào Giáo hội Vô Tướng trên núi Linh Thứu, nơi các pháp hội của Phật Thích Ca Mâu Ni vẫn còn tiếp diễn. Ni sư đang đứng trong hàng quý Trưởng lão Ni của những ngàn năm trước, nơi quý ngài lúc nào cũng sống với Thanh Tịnh Pháp Thân.

Giáo hội Vô Tướng vẫn biến khắp, không hề bị hư hoại, dù cho bao nhiêu vùi dập của lịch sử. Bất kể nhiều ngàn ngôi chùa Tây Tạng bị đốt phá, bất kể nhiều ngàn vị sư Trung Hoa và Việt Nam trong nửa thế kỷ qua bị thúc ép hoàn tục, và bất kể mọi mưu đồ xóa tên các Giáo hội tại các quốc độ, Giáo hội Vô Tướng vẫn hiển hiện với người đã Thấy Tánh.

Trong Giáo hội Vô Tướng, chỉ một giáo chủ là Đức Phật. Tất cả quý Tăng Ni Phật tử của các Giáo hội trần gian, nếu tự thân không thể khế nhập được Giáo hội Vô Tướng thì tất đều sẽ lạc vào đường ma cả. Bấy giờ thì lại không chịu thờ Phật mà lại cứ thờ tượng ma, ảnh ma.

Những năm cuối đời, Ni sư đã hiện Ni Tướng trông như là một bà Ni già, ngồi cặm cụi dịch kinh sách, đi làm từ thiện xã hội khi có dịp, chỉ dẫn cho các Học Ni lối đi tu học... Nhưng thật sự Ni sư Trí Hải đã hiện thân vào Giáo hội Vô Tướng của chư Phật. Nơi đó, không còn biên giới ta người hay quốc độ nào nữa; nơi mà mắt của chúng sanh không thể nhìn thấy được.

Ngài đã viên tịch. Mất mát này không gì đo lường được. Đau đớn này không lời nào ghi lại được. Những gì Ngài để lại không gì so sánh được.

Khi Ngài đã bước qua Dòng Sông sinh tử...

Yết-đế yết-đế, ba-la yết-đế, ba-la-tăng yết-đế, Bồ-đề tát bà ha.

Chân lý không cần nhãn hiệu, nó không phải là Phật giáo, Ki-tô giáo, Ấn giáo hay Hồi giáo. Chân lý không là độc quyền của ai. Những nhãn hiệu tông phái là một trở ngại cho sự hiểu biết chân lý một cách tự tại, và chúng làm phát sinh những thành kiến tai hại trong tư tưởng con người.

Điều này đúng không những trong các vấn đề trí thức và tâm linh, mà còn cả trong những giao tiếp giữa người với người.

THÍCH NỮ TRÍ HẢI
trích Thái Độ Tinh Thần Trong Phật Học

TIẾNG CƯỜI GIỮA BIỂN KHỔ

NGUYÊN ĐẠO VĂN CÔNG TUẤN

Đời thường trong các kiểu ăn cắp thì ăn cắp sách báo (hay cầm nhầm, hay mượn quên trả cũng vậy) có lẽ là loại ăn cắp dễ tha thứ nhất. Người ta tự cho là khi mượn tạm "chút kiến thức nhân loại" thì không tội tình lớn như ăn cắp trái xoài trái ổi, ăn cắp con gà con vịt, cho đến ăn cắp tiền hay đồ dùng... Kể cả ăn cắp trái ớt cũng trầm trọng hơn là cầm nhầm một cuốn sách rồi... quên trả. Thú thật, trong đời tôi cũng từng đã có vài lần đến nhà bạn chơi, xem một cuốn sách thấy hay và đọc thích thú không dừng được. Bạn nói, thôi mang về nhà đọc tiếp. Vậy mà mấy năm sau sách vẫn cứ ung dung cắm rễ ở tủ sách nhà (!).

Nhưng, đó là chuyện với cuộc sống ở đời thường. Đối với một thư viện thì việc mất sách là việc hệ trọng. Thử nghĩ, ngân hàng bị mất cắp tiền thì người ta có đi khai báo cảnh sát ngay không? Do vậy trong chương trình nghị luận của cuộc họp hôm ấy tại Thư Viện Đại Học Vạn Hạnh của chúng tôi ngoài một vài đề mục thông thường còn có phần bàn về chuyện thư viện bị mất sách. Chủ tọa là Thư viện trưởng: Sư Cô Trí Hải. Tham dự viên: nhân viên của Thư Viện, hôm ấy có gần hai mươi người hiện diện. Thời gian: sáu giờ chiều. Thư Viện tạm thôi không cho mượn sách trong mấy giờ cuối ngày, chỉ còn sinh viên vào ngồi học bài thôi.

Ngày đã trễ, mọi người ai cũng đói nên hơi uể oải, chỉ có thư viện trưởng vẫn bình tĩnh, vẫn giọng hòa ái. Hôm ấy Sư Cô đã nói nhiều, cũng vẫn giọng Huế ngọt ngào dễ thương, nhẹ nhàng những ái ngữ. Chúng tôi quên mệt ngồi yên lặng nghe (chỉ có vài bà mẹ có con nhỏ ở nhà thì hơi nóng ruột). Giờ ngồi nhớ lại, hôm ấy Sư Cô đã không nói nhiều những các biện pháp ngăn chặn việc ăn cắp sách như mọi người mong đợi. Câu chuyện hôm ấy của Sư Cô nghe ra như một bài pháp về ngũ giới, về chuyện hồi đầu thị ngạn, chắc cho những ai đã từng có lần lỡ lầm cầm nhầm sách có tật giật mình như tôi. Mà thật ra ngăn chặn ăn cắp sách làm sao được. Hơn ai hết chúng tôi, những nhân viên thư viện, biết rằng những sách giá trị kia ít khi mất về tay những sinh viên. Có chăng chỉ là những cuốn sách giáo khoa do Viện in, tương đối rẻ tiền và dễ mua lại. Những sách quý khó đặt mua, thường chỉ có một hay nhiều nhất là hai bản, đang nằm chễm chệ ở bàn làm việc của các vị giáo sư hay những vị có thẩm quyền của Viện. Chỉ có Đức Bồ Tát mới biết được, bằng cách nào những sách ấy chạy từ kệ sách Thư Viện đến đấy. Có điều mừng là những sách quý ấy không mất hẳn, chỉ ngao du sơn thủy một thời gian rồi lại quay về với thư viện. Cuối cùng, cuộc họp hôm ấy xem ra như chỉ là một buổi gặp mặt thân mật giữa nhân viên và thư viện trưởng, người rất bận rộn và ít khi có mặt ở đấy. Đó cũng là cuộc họp duy nhất với thư viện trưởng trong khoảng ba năm làm thư viện Vạn Hạnh của tôi, nhưng lại là một cuộc họp để lại nhiều ấn tượng nhất cho tôi.

Phải cần hơn bốn mươi năm sau, khi có cơ hội đến thăm Thư Viện Herzogin Anna Amalia Bibliothek ở Weimar Đức Quốc tôi mới thấy được cái nhìn cao kiến của Sư lúc ấy. Vốn là dân gắn bó với Thư Viện nên tôi đã lặn lội gần 600 cây số đến Weimar và dành cả ngày hôm ấy để viếng thăm thư viện mang tên nữ bá tước Anna Amalia. Thư viện này thành lập vào năm 1691, được

Unesco công nhận là Bảo tàng Văn hóa Thế giới. Tuy thư Viện Anna Amalia đã bị cháy mấy lần, nhưng sau mỗi lần như thế thành phố Weimar và Ban Lãnh đạo Thư Viện vẫn cố gắng phục hồi lại và cố giữ những di tích cổ. Sàn nhà của tòa nhà xưa vẫn giữ như 500 năm trước nên khách vào thăm được phát thêm một bọc vải dày để bọc vào giày của mình nhằm tránh làm hư hại nền nhà. Thành phố Weimar cũng giới hạn số lượng khách viếng thăm tòa nhà cổ của thư viện. Ngoài những tổ chức du lịch, thư viện chỉ bán 70 vé vào cửa mỗi ngày cho khách viếng cá nhân. Vì thế có khi phải đặt mua vé trước cả năm mới có.

Tôi đã ngồi hằng giờ trước một kệ sách xưa mà chẳng làm gì cả, chỉ ngồi yên lặng và nhìn sách, như ngày xưa tôi cũng có lần ngồi một mình ban đêm ở kho sách trên tầng hai của Thư Viện Vạn Hạnh và yên lặng nghe sách nói chuyện với nhau. Một nhân viên thư viện tinh ý thấy nên đến mỉm cười và thân mật bắt chuyện với tôi. Tôi cười đáp lại và đã nói với bà ta về niềm hạnh phúc của mình khi đặt chân đến đây, khi biết rằng hơn 500 năm trước đây đã có người từng ngồi ở đây để đọc sách, như tôi bây giờ. Ngã kim nhật tại tọa chi địa, cổ chi nhân tằng tiên ngã tọa chi - chỗ đất tôi ngồi hôm nay, người xưa cũng đã từng ngồi ở đây (Nguyễn Công Trứ). Sau một hồi xầm xì trao đổi vài câu chuyện sách vở bà ta mời tôi lên tầng trên của thư viện và cho tôi được phép cầm một cuốn sách đã hơn 500 năm còn giữ tại đây. Hai tay run run tôi cầm trân trọng cuốn sách như một bảo vật, rồi tôi xin phép được lật vài trang sách. Tôi cảm nhận một niềm hạnh phúc vô biên, không thể diễn tả được. Sau đó bà còn cho tôi ghé mắt xem cuốn sổ bìa cứng ghi tên người mượn sách thời ấy. Tôi thấy bên cạnh nhiều tên lạ còn có tên thi hào Johann Wolfgang von Goethe đã mượn sách và vài cuốn vẫn chưa trả lại (!). Xin nói thêm: hai đại thi hào của Đức là Goethe và Schiller thường lui tới mượn và đọc sách tại thư viện này và thi hào Goethe đã mất vào năm 1832 nhưng trong số vẫn thấy ghi vài cuốn sách ông ta mượn và chưa kịp trả. Tôi nói đùa với bà ta rằng: "bà nên hãnh diện về việc này, đây là cách bày tỏ tình cảm riêng biệt từ một đại thi hào của nhân loại với thư viện của quý vị đấy". Chúng tôi lại cùng cười. Tôi thấy thân thiện quá nên hỏi bà ta, tại sao bà không biết tôi là ai mà dám đưa sách quý như vậy cho tôi cầm, nhỡ tôi làm hư hay nhanh tay đánh cắp thì sao. Bà ta bật cười lớn và nói một câu rất triết lý (đúng là dân thư viện có khác, gặp đối tượng nào cũng có một lời trích thích hợp). Bà ta nói câu tiếng Đức, tạm dịch là: "Bảo kiếm một lần vào tay anh hùng là vạn hạnh (nói hơi quá). Sách Thư Viện chẳng thà bị mất còn hơn để nằm trên kệ cho mọt ăn mà không cho ai sờ tới". Tôi phục quá. Chính trong giây phút ấy tôi nghĩ ngay đến Sư Bà Trí Hải và càng khâm phục nhiều hơn.

Tôi đã dài dòng quá, xin đừng phiền tôi. Chuyện xưa kể lại có khi phải vậy, người ta chẳng nói là vòng vo tam quốc hay sao. Tôi chỉ mới nói Việt và Đức, mới hai quốc gia thôi. Thôi tôi xin vô đề ngay.

*

Tôi sẽ xin gọi Sư Bà Trí Hải là cô, như tôi vẫn gọi thân thiết như thế ngày nào, chứ không phải tôi có ý hỗn láo với một Ni Trưởng.

Từ những ngày học ở trường làng tôi đã biết đến cái tên Phùng Khánh và Phùng Thăng là hai dịch giả cuốn sách nổi tiếng "Câu chuyện dòng sông" vào những năm 1965/66 trong một tiệm sách mà lúc đó tôi đâu có tiền để mua. Phải nhiều năm sau đó tôi mới có cơ hội mượn và đọc mê mẩn tác phẩm và quá đỗi khâm phục, cả người viết lẫn người dịch. Nhưng những cái tên tác giả, dịch giả trên bìa sách thuở ấy quá xa lạ với một cậu bé học sinh ở vùng quê nghèo xứ Quảng.

Rồi nhiều lần chuyển trường, khi bắt đầu vào trường trung học Phan Châu Trinh thì quý Sư cô ở Đà Nẵng mới hãnh diện kể rằng cô Phùng Khánh từng là giáo sư tại đây, trước khi cô đi du học ở Mỹ và bây giờ đã là một Ni cô. Một hôm tôi hỏi vị giáo sư dạy Anh văn của tôi về cô, thầy kể về cô với cả niềm kính trọng và thương mến. Đại khái là: Giáo sư Phùng Khánh là một con người đa tài nhưng rất khiêm tốn, trẻ tuổi nhưng không háo thắng, đẹp người nhưng không tự cao v.v… Cô có tên rất dài thòng như những vị chính gốc từ hoàng triều vua chúa ở Huế: Công Tằng Tôn Nữ Phùng Khánh. Thân phụ của cô là cụ Nguyễn Phước Ưng Thiều, thuộc phủ Tuy Lý Vương. Cụ Ưng Thiều là cháu nội của Tuy Lý Vương Nguyễn Phước Miên Trinh. Ngài Tuy Lý Vương là con trai của Vua Minh Mạng. Thân mẫu của Cô là cụ bà Đặng thị Quê, một người đàn bà đức hạnh và tuyệt vời. Cụ bà đã đến chùa Tường Vân xin Đức đệ nhất Tăng Thống Thích Tịnh Khiết quy y tam bảo trong ngày thai nhi mới vừa ba tháng. Sư Bà Trí Hải đã mang pháp danh Tâm Hỷ từ lúc chưa lọt lòng mẹ.

Tôi khâm phục quá đỗi. Phải chăng những nếp gia phong vương giả Công Tằng Tôn Nữ của Huế xưa đều như thế hay sao?

Đến năm 1972, tôi vừa chân ướt chân ráo đặt chân vào Sài Gòn. Sư Diệu Tâm từ Đà Nẵng vào Sài Gòn và nhờ tôi dùng xe Honda đưa Sư đi vài công việc của Chùa và Giáo hội, trong đó có việc đến thăm Cô Trí Hải tại Trung Tâm An Sinh Đại Học Vạn Hạnh. Đây là lần đầu tôi được gặp cô. Một người nữ tu, nói chuyện nhỏ nhẹ khiêm tốn và lại là một người rất đoan trang phong nhã. Tuy mới gặp lần đầu nhưng cô Trí Hải tỏ ra rất thân thiện, xưng với tôi ngay là chị (và hôm ấy tôi cũng kêu cô bằng chị) dù lúc ấy cô đã xuất gia. Em qua bên nớ lấy giúp chị hai ly nước trong cái bình lọc nước đi (thời đó uống nước có một bình lọc bằng sành đựng cát, có vòi mở bên dưới) trong khi cô đang ngồi bàn việc xã hội với Sư

Diệu Tâm. Em ngồi chơi đi, chờ hai chị bàn ít công việc, ngồi chỗ ni nè và ăn bánh đi. Mấy hôm sau tôi lại gặp cô lần nữa tại Kiều Đàm ở đường Công Lý, khi cô và Sư Diệu Tâm cùng đến hầu Sư Bà Diệu Không vừa từ Huế vào nghỉ tại đây để xin ý kiến về một số phương án từ thiện xã hội. Giai đoạn này cô Trí Hải rất bận rộn cho những công tác từ thiện của Giáo hội, lại lo mở khóa đào tạo những tác viên xã hội cho hệ thống cô nhi viện, ký nhi viện trên cả nước. Không ngừng ở đó, cô rất thường xuyên tổ chức các đoàn cứu trợ đi khắp các tỉnh thành, từ miền tây xa lắc đến vùng cao nguyên hẻo lánh. Đặc biệt trong đoàn cứu trợ của Sư cô đi thì đa số là những sinh viên của Đại học Vạn Hạnh tham gia, và phải ghi tên trước. Cô thường nói: để giúp cho mấy em sinh viên tập làm xã hội. Nghĩa là việc cô làm một công hai việc: ngoài việc cứu trợ giúp đỡ đồng bào đói khổ đang gặp nạn, cô còn làm công tác giáo dục, gieo tâm từ trong những thanh niên, sinh viên. Cô có một nguyên tắc hơn người khi đi cứu trợ: phải mua và chuyên chở cực nhọc từng bao gạo, thùng mì, nước tương... hay có khi chở cả xe vận tải những miếng tôn lợp nhà cho những vùng bị bão lụt mà không cho tiền mặt. Việc chuyên chở những thực phẩm trong những ngày chiến tranh lên cao độ ấy rất khó khăn, xe bị chặn và xét nhiều lần nhưng cô vẫn làm. Hỏi thì cô đáp rằng cho những thứ ấy để giúp họ bắt đầu lại, nếu cho tiền thì mấy ông chồng lấy tiền đi nhậu hết, vợ con họ vẫn cứ đói, cứ khổ.

Tôi lại khâm phục quá. Phải chăng những tấm lòng của những tu sĩ Phật Giáo Đại thừa mang hạnh nguyện Quán Thế Âm Bồ Tát đều từ bi rộng lớn như thế chăng?

*

Bây giờ ai vào mạng Internet gõ bốn chữ Thích Nữ Trí Hải sẽ gặp hàng loạt những nhan đề tác phẩm phiên dịch và sáng tác độc đáo của Sư từ trước và sau năm 1975. Nếu nói về sự nghiệp văn chương văn học của một cây viết nữ ở Việt Nam thì ta thấy sự nghiệp văn học của Sư quá phong phú và đa dạng, dù với Sư chuyện viết lách chỉ là việc ở hàng thứ yếu. Từ các tác phẩm dịch thuật tài tình đến những câu chuyện đạo vô cùng sâu sắc dí dỏm. Bên cạnh những nhan đề nổi tiếng như Bắt Trẻ Đồng Xanh, Câu Chuyện Dòng Sông... người ta thấy được cả một thư mục khá dài về những tác phẩm của Sư. Riêng với cá nhân tôi, ngoài tác phẩm gối đầu giường Siddhartha (Câu Chuyện Dòng Sông), còn có hai tác phẩm của Sư dịch đã tác động mạnh và đã là kim chỉ nam cho tôi trong thời đi học, đó là tác phẩm "Tự Truyện Gandhi" và "Con Đường Thoát Khổ" của tác giả Walpola Rahula (sau này tái bản đổi tên là là Tư Tưởng Phật Học) do Sư dịch sang tiếng Việt. Hai tác phẩm này đã giúp tôi định hướng được quan điểm sống và đó cũng là những bài học Phật pháp có hệ thống, kèm theo những lời giải thích rất khoa học đầu tiên trong đời học Phật của tôi. Tài tình dịch thuật của Sư quá to lớn không thể nào kể hết được, từ Anh văn và cả Hán văn. Bây giờ ta chỉ cần ngồi đọc thật kỹ mỗi một bài dịch Sám Quy Mạng của Di Sơn Thiền Sư là đủ thấy ngay được các tài tình và kiến thức Phật pháp thâm sâu vi diệu của Sư. Bài dịch này đã lột thoát trọn vẹn giáo lý "thiền tịnh song tu" của Phật Giáo Đại Thừa Bắc Tông.

Tôi lại khâm phục quá. Phải chăng những bậc đại trí huệ tài năng xuất chúng quy y Phật pháp từ trong trứng nước đều như thế sao? Trí huệ này chắc phải có từ sự học của nhiều kiếp trước nay mang ra tận dụng độ đời mà thôi.

Nhưng có lẽ khả năng và trình độ văn hóa kia, những thành công trong lãnh vực xã hội và giáo dục nọ, những điều mà Sư Trí Hải trong 65 năm sống trên cõi đời này làm được là nhờ vào công trình tu tập tinh tấn của Sư - 49 năm xuất gia, 33 hạ lạp. Sư luôn tinh tấn tu tập và hành đạo cứu người cứu đời. Sư cũng dành nhiều thời gian để nhập thất tu tập, có khi cả hai năm dài trong thất, luôn xứng đáng là bậc xuất gia mẫu mực. Thời gian 65 năm tuy không dài, nhưng so với những việc Sư để lại cho hậu thế với một người thường thì quá to lớn, sức lực của ba, bốn người tài đức mới cáng đáng nổi như vậy.

Chính một vị Đại Lão Hòa Thượng uyên bác của Phật Giáo Việt Nam đã viết lại sau khi Ni Sư viên tịch:

Cuộc đời cô Trí Hải không chỉ là người bạn thân thiết của sách vở, Cô còn là người chị cả đáng yêu trong gia đình An Sinh Xã Hội Vạn Hạnh. Từ vị trí người chị hiền lành độ lượng này, Cô đã là chiếc cầu nối cho bao lớp trẻ đi vào đời để phụng sự. Người chị mà đôi mắt biết thương xót đã cúi xuống thiết tha trên những nỗi đời bất hạnh, mà đôi tay biết chở che đã đưa ra nâng đỡ những mảnh sống khốn cùng, mà đôi chân vương giả đã không từng biết chối từ đi vào những xóm quê lầy lội, những đường làng tả tơi, những miền đất bão lụt hoang tàn. Mấy mươi năm dài, mặc cho thời thế đổi thay mà tấm lòng vì đời không lay chuyển. Khắp những chốn đau nhức bất an nhất của đất nước, người dân khổ hạnh mãi còn giữ lại trong đôi mắt mến thương của họ hình ảnh tà áo màu lam dịu hiền biểu tượng của cho vui và cứu khổ đã một dạo nào thấp thoáng giữa mưa nắng đời thường. Tà áo ấy đã gắn liền với các công tác từ thiện, thủy chung cho đến ngày cuối cùng phủi tay giải nghiệp. Chọn lựa của trái tim từ bi là nhiều lúc tình nguyện hứng chịu khổ nạn thay cho chúng sanh, bị đau đớn riêng mình cho tâm được an vui mà đi tiếp trên con đường cứu độ. Ni Sư Trí Hải đã vào đời trong ước nguyện, đã phụng sự con người như thế và hôm nay, giã đời giữa lúc đang thực hành hạnh lớn của trái tim từ bi "chúng con khổ nguyện xin cứu khổ". Chưa có ai của Ni giới Việt Nam, trong mấy mươi năm máu lệ của quê hương đã nuôi tâm bố thí theo sáu pháp qua bờ nhiệt thành như Ni Sư Trí Hải. Chừng ấy cũng đủ cho Ni Sư, trong cuộc giã từ này, cất lên một tiếng cười lớn giữa biển khổ kiếp người.

Huyền Không (tức Hòa Thượng Thích Mãn Giác): Hạt Bụi Theo Về, Trích từ http://chuaphatgiaovietnam.com

Tôi lại khâm phục quá. Phải chăng những bậc đại sĩ xuất trần chân chính đều như vậy chăng?

*

Đáng lẽ tôi có thể kết thúc bài viết ở đây, nhưng trong lòng tôi muốn viết ra một việc đã từ lâu cứ đeo nặng trong tâm khảm. Tôi muốn nói về một món nợ tôi đã nợ Sư và những người thân yêu nhất của Sư.

Năm 1974 tôi tham gia vào đoàn du khảo của Phân khoa Văn học và Khoa học Nhân văn Đại học Vạn Hạnh đi Rạch Giá để nghiên cứu về những di tích của Vua Gia Long ở quần đảo Thổ Chu. Phái đoàn hơn mười người do Giáo sư Khoa trưởng Nguyễn Đăng Thục dẫn đầu và do một vị phụ khảo của Văn Khoa Vạn Hạnh lúc ấy là anh Mohandass (tôi không biết tên anh viết như vậy có đúng không, vì tôi chỉ nghe gọi). Anh Mohandass, hình như là người gốc Ấn Độ và gia đình anh là một thương gia giàu có sinh sống tại Rạch Giá. Do tài khéo léo tổ chức của anh Mohandass và kiến thức siêu việt của cụ Thục, cộng thêm sự góp sức của cụ bà vợ giáo sư Thục, vốn là một người tinh thông Hán học, chúng tôi đã đi thăm rất nhiều hòn đảo trong quần đảo Thổ Chu, bắt đầu từ các Hòn Tre, Hòn Ông… ra đến khu Nam Du. Tại Hòn Tre, giữa một rừng bạch mai bát ngát cụ Nguyễn Đăng Thục đã tìm được một giếng nước có ghi trên thành giếng những chữ Hán đã mờ nhạt, là nơi vua Gia Long đã từng trú ở đây và từng uống tại giếng này. Suốt quần đảo như cảnh thần tiên, không hề có dấu vết chiến tranh. Trên hòn đảo chúng tôi ở lại trong mấy ngày du khảo, buổi tối đi ngủ không cần đóng cửa nhà. Ở trước hiên mỗi nhà có đặt một lu nước, nếu ai khát cứ vào đó uống tự nhiên. Họ còn để chiếc giường tre lớn đặt ngay trước hiên nhà, ai mỏi lưng thì cứ đến nằm nghỉ chốc lát, hay cứ ngủ qua đêm mà không cần xin phép v.v… Tôi quá thích thú về cái xứ sở thần tiên ấy, nghèo tiền của nhưng rất giàu tình cảm. Chuyến đi tạo nhiều ấn tượng trong tôi nên khi về Sài Gòn tôi đã kể lại hào hứng cho bất cứ người quen biết nào của mình. Sau 1975, trước những biến động của đất nước, Sư Trí Hải tìm tôi và bảo tôi nhắc lại những chuyện tôi kể lúc trước. Tôi lại một lần nữa kể lại những tâm đắc của mình, và còn nói thêm rằng chính một người bạn thân của mình là anh Sanh (sau này xuất gia là thầy Tâm Trường) đã vừa mấy tuần trước tìm đến một ngôi chùa hoang ở một hòn trên Nam Du mà ở, và có thể tôi cũng sẽ xin phép gia đình đến đó ở cùng. Tưởng chỉ kể như vậy thôi, sau mấy hôm mới nghe một vị ở Trung Tâm An Sinh kể là Sư Trí Hải, Sư Huệ Minh định đi về đấy để tịnh tu. Phải chăng quý Sư cố ý muốn tìm về nơi thanh tịnh có mang ít nhiều dấu chân của tổ tiên của mình trong những ngày lánh nạn. Do vì công việc nên Sư Trí Hải sẽ đến sau, Sư Huệ Minh và Tiểu Phượng đi trước. Không ngờ do sự việc này mà hai người thân của Sư bị nạn do những người hải tặc Cam Bốt gây ra. Sư cô Huệ Minh tức giáo sư Phùng Thăng, cũng là một tác giả và dịch giả kỳ tài. Các tác phẩm "Những Ruồi" và "Buồn Nôn" của Jean-Paul Sartre hay "Kẻ lạ ở Thiên đường" của Simone Weil do cô dịch sang Việt ngữ đã một thời làm chấn động văn học miền Nam Việt Nam. Sư cô Huệ Minh là giáo sư dạy Triết và Anh văn, sau khi xuất gia là giảng viên và tác viên xã hội của Trung Tâm An Sinh Viện Đại Học Vạn Hạnh. Bây giờ người ta nói là quý Sư đến đảo Thổ Chu để tìm đường vượt biên nhưng tôi không tin là như vậy. Nếu thực sự muốn đi nước ngoài quý Sư Cô đã có thể đi dễ dàng trước ngày 30.04.75. Nhưng trong những ngày biến động ấy quý Sư Cô ở Trung Tâm An Sinh vẫn lo cứu trợ cho đồng bào từ các tỉnh miền trung và cao nguyên chạy vào các tỉnh vùng biên Sài Gòn. Dẫu biết rằng định nghiệp của mỗi người mỗi khác và khó chuyển đổi, nhưng dân thành phố trước kia ít ai biết những hòn đảo hoang vắng và thanh bình kia nếu tôi không luôn miệng ca tụng cảnh thần tiên ấy. Tôi tự thấy mình có lỗi và vô cùng áy náy.

*

Cuộc đời và hành trạng của Sư Bà Thích Nữ Trí Hải nói không biết sao cho hết. Cái thấy và cái biết của Sư là cái thấy của nhiều bậc thức giả cộng lại. Trước năm 1975 tôi có duyên may đọc được một tác phẩm chưa xuất bản, đánh máy trên giấy mỏng pelure do một người thân của Sư cho mượn, có tên là "Tân Ngữ Lục". Trong đó Sư Trí Hải ghi lại nhiều mẩu chuyện nhỏ mà Sư nhìn thấy được như những giai thoại thiền môn từ các bậc Thầy chung quanh, từ quý Sư Bà Diệu Không, Sư Bà Cát Tường hay Ôn Tăng Thống, Ôn Châu Lâm... và cả từ những Phật tử, những huynh đệ đồng tu, những em bé mà Sư gặp. Những câu chuyện có khi rất bình thường ai cũng gặp cũng nghe cũng thấy, nhưng với cái nhìn tuệ giác trong Sư thì đó lại là những bài pháp cao thâm. Sư thường hay quan sát và phát hiện những điều hay. Tôi xin nêu một thí dụ nhỏ, qua một câu chuyện do chính Sư kể lại và tôi đọc được trên báo sau này như sau.

Năm 2001 Sư Trí Hải có về Huế dự đám tang của Ôn Từ Đàm. Sau đó Sư có viết một bài viết tên là Đàm Hoa Lạc Khứ (Hoa đàm dẫu rụng vẫn vương hương), Tưởng niệm HT. Thích Thiện Siêu như sau:

[...]

Thế nên giờ phút xả báo thân cũng là giờ phút vinh quang nhất đời Ôn. Lúc bái biệt Ôn tại phòng cấp cứu lần trước để lên xe lửa trở vào lại Sài Gòn, tôi còn được nghe thị giả đọc một bài kệ mà Ôn đã cảm ứng trong giấc mộng:

"Phật biết Phật không, Tâm biết tâm không, Khi Phật chuyển thân, Tâm biết Phật không."

Và khi nằm trên xe lửa về Huế lần này, tôi đã nghiệm ra ý nghĩa bài kệ ấy. Hai chữ Phật và Tâm trong bài kệ có thể thay bằng sóng với nước, sắc với không, thân với tâm, tướng với tánh, hoặc hiện tượng với bản thể. (Thích Nữ Trí Hải: Đàm Hoa Lạc Khứ. Trích từ Trang nhà Quảng Đức).

Ai cũng biết Hòa thượng Thiện Siêu (thường gọi là Ôn Từ Đàm) là một Đại Tăng của Phật giáo Việt Nam. Tôi cũng đọc bốn câu kệ ấy của Hòa thượng nhưng những chữ cứ chạy qua như nước chảy lá môn, vào đầu rồi chạy tuột đi đâu mất. Những chữ ấy do Sư Trí Hải đọc được thì tự dưng có một cái nhìn trực diện và hiểu ngay những lời của vị Bồ Tát kia. Méo mó nghề nghiệp của người làm kỹ thuật, tôi phải ghi ra từng chữ để tự chiêm nghiệm những lời dạy quý báu của Ôn và chính của Sư.

Từ câu kệ của Ôn Từ Đàm: "Phật biết Phật không, Tâm biết tâm không, Khi Phật chuyển thân, Tâm biết Phật không."

[...] hai chữ Phật và Tâm trong bài kệ có thể thay bằng sóng với nước, sắc với không, thân với tâm, tướng với tánh, hoặc hiện tượng với bản thể (lời của Sư Trí Hải).

Tôi thay từng chữ vào bài kệ và nhận thấy rõ hơn những cái nhìn đạo vị của Sư Bà Trí Hải:

Như một thi sĩ: Sóng với Nước, "Sóng biết Sóng không, Nước biết Nước không,

Khi Sóng chuyển thân, Nước biết Sóng không."

Như một Thiền sư: Sắc với Không,

"Sắc biết Sắc không, Không biết Không không, Khi Sắc chuyển thân, Không biết Sắc không."

Như một hành giả trên đường đi tìm đạo: Thân với Tâm,

"Thân biết Thân không, Tâm biết tâm không, Khi Thân chuyển thân, Tâm biết Thân không."

Như một luận giả: Tướng với Tánh,

"Tướng biết Tướng không, Tánh biết tánh không,

Khi Tướng chuyển thân, Tánh biết Tướng không."

Và thú vị thay, như một Triết gia hiện đại: Hiện tượng với Bản thể,

"Hiện-tượng biết Hiện-tượng không, Bản-thể biết bản-thể không,

Khi Hiện-tượng chuyển thân, Bản-thể biết Hiện-tượng không."

Nghe và tiếp nhận bài kệ trong tinh thần ấy, đúng là cung cách Niêm Hoa Vi Tiếu. Ngày ấy hơn hai ngàn năm trước, ở Linh Thứu Sơn đức Phật Thích Ca tay cầm một cành hoa từ tốn đưa lên, cả hội chúng đều yên lặng tò mò theo dõi, chỉ có Ngài Ca Diếp mỉm miệng cười. Đó đúng là cung cách đối thoại của những bậc trí tuệ.

*

Kính bạch Giác Linh Sư Bà,

Khi viết đến đây con nhìn vào lịch ở phía góc dưới của màn hình máy tính thấy ghi là ngày 06.12. Vô tình hay hữu ý? Nói theo ở đời thì ngày này là ngày giỗ của Sư Bà - nếu tính theo dương lịch. Con hình dung, có thể giờ này Sư Bà cùng chư Bồ tát đang ngồi hầu chuyện với đức Phật A Di Đà ở cõi Tây phương Tịnh độ. Hay biết đâu đã có một vị Bồ tát tái sanh trên cõi trần gian này mang tâm nguyện độ sanh của Sư Bà lúc sinh tiền. Ngày Ôn Từ Đàm viên tịch, Sư Bà đã viết rằng: "Thế nên giờ phút xả báo thân cũng là giờ phút vinh quang nhất đời Ôn". Chính câu ấy giờ đây đã giúp con hiểu được việc Sư Bà tự chọn cho mình cách thu thần thị tịch. Phải chăng Sư Bà đã chọn cách giải nghiệp ra đi bằng một tai nạn giao thông trên đường về Chùa sau một chuyến đi từ thiện? Những tai nạn giao thông chết người là chuyện cơm bữa ở xứ mình. Dọc đường Sư Bà còn bảo tài xế dừng xe lại để Sư Bà làm lễ cầu siêu cho một người không quen biết chết trôi trên sông vừa mới được vớt lên. Sư Bà đã viên thành một hạnh nguyện, hạnh nguyện mang vác hết cả những nỗi khổ đau của chúng sanh.

Nói như Ôn Mãn Giác: "Chọn lựa của trái tim từ bi là nhiều lúc tình nguyện hứng chịu khổ nạn thay cho chúng sanh, bị đau đớn riêng mình cho tâm được an vui mà đi tiếp trên con đường cứu độ. [...] Chừng ấy cũng đủ cho Ni Sư, trong cuộc giã từ này, cất lên một tiếng cười lớn giữa biển khổ kiếp người".

Hiểu Sư chắc không ai bằng Ôn Mãn Giác. Vì sao? Vì Ôn là nhà thơ, nhà văn, nhà giáo, là thiền sư, là một bậc tu hành chân chính và cũng từng là "sếp" của Sư Bà ngày nào tại Đại học Vạn Hạnh Sài Gòn*.

Con xin cung kính đê đầu đảnh lễ Giác linh Sư Bà thượng Trí hạ Hải.

---

* Hòa thượng Thích Mãn Giác, tức thi sĩ Huyền Không, nguyên là Phó Viện trưởng Điều hành Viện Đại học Vạn Hạnh, trong thời gian Ni Sư Trí Hải là Thư Viện Trưởng và Giám đốc Trung Tâm An Sinh.

Ni Trưởng Thích Nữ Trí Hải trong một chuyến cứu trợ ở An Lai - Huế

SƯ CÔ TRÍ HẢI KHÔNG CÒN NỮA

NGUYỄN TƯỜNG BÁCH

Thiền viện Vạn Hạnh trên đường Nguyễn Kiệm tại thành phố Hồ Chí Minh là một tòa nhà uy nghi to lớn. Bên cạnh thiền viện là một con hẻm nhỏ dẫn đến một ngôi chùa khiêm tốn, được gọi là tịnh thất của các tỳ kheo ni. Mỗi lần khách bấm chuông lại thấy một ni cô tuổi còn trẻ chạy ra cẩn thận hỏi tên khách mới mở cửa.

Kể từ hơn mười lăm năm nay, mỗi lần về thăm nhà tôi đều đến đó bấm chuông để tìm gặp và thăm Sư cô Trí Hải. Thường thì tôi đến buổi sáng hơi muộn giờ, ngồi chưa đầy một tiếng đã thấy nhà chùa chuẩn bị thọ trai nên tôi xin về. Tuy thời gian không nhiều nhưng mỗi lần tôi vẫn cảm nhận một thiền vị nhẹ nhàng, quên hẳn mình đang ngồi không xa đường Nguyễn Kiệm ồn ào đầy tục lụy của những hàng quán gần đó. Ngồi ngoài sân chùa, tôi thường được nghe tiếng tụng kinh trong trẻo và đầy khí lực của các vị ni và nhất là được nghe Cô Trí Hải đàm luận Phật pháp. Từ lúc ban đầu tôi đã gọi Cô bằng "cô" và về sau giật mình khi nghe các vị ni khác cũng như các vị cư sĩ đến thăm đều gọi Cô bằng "sư". Thế nhưng đã lỡ thì tôi cho lỡ luôn và hình như Cô cũng không quan tâm gì đến việc xưng hô.

Thời gian trước khi gặp Cô tôi đã biết Cô là một tu sĩ Phật giáo xuất sắc, giỏi ngoại ngữ, giỏi viết văn, dịch sách, yêu văn thơ. Nghe tôi dịch sách Phật, Cô tặng tôi cuốn từ điển Pali-Việt do Cô soạn. Hồi đó cuốn từ điển đó được đánh máy trên giấy pelure mỏng dính. Trong những năm tám mươi, tôi chưa kịp mong Cô đi học đánh máy vi tính thì ngày nọ nghe Cô nói:

- Thì ra cái máy vi tính hắn cũng giống tâm người.

- Giống chỗ nào Cô?

- Mình ở trong một cái file nào thì mình không thể erase nó. Mình ra khỏi file thì mới erase nó được.

- Thì giống chỗ nào?

- Tâm cũng thế thôi. Đang giận thì khó biết mình đang giận lắm, khó ra khỏi lắm.

Thì ra Cô đi học vi tính để viết lách mà Cô cũng không quên Phật pháp. Tôi nghiệm ra rằng Cô sống trong nhận thức luận của Phật pháp nên không có chuyện "quên" hay "không quên". Mỗi lần ghé thăm tôi đều mang theo ít chocolate, thực tế là tôi không biết đem theo vật gì ngoài thứ đó. Có lần Cô nói:

- Cứ mỗi lần anh về thì tôi thấy mình như con nít, được chocolate.

Thực tình tôi không biết Cô bao nhiêu tuổi và thấy không có gì quan trọng để hỏi. Tôi chỉ thấy Cô thực dẻo dai, đi cứu trợ đường xa dài ngày không biết mệt. Nhìn quanh thấy nhà chùa chất đầy mì gói, tôi hỏi Cô:

- Sao Cô không đem tiền phát cho khỏe, đem phẩm vật vừa cồng kềnh, vừa mua bán mất công?

- Biết thế nhưng cho tiền, đàn ông họ lấy đi nhậu hết cả, vợ con không còn gì. Cuối cùng mì gói vẫn hơn.

Thì ra đi cứu trợ mà cũng có chiến thuật chiến lược hẳn hoi. Thời gian giữa các lần cứu trợ, Cô dùng để nhập thất hay dạy học, viết lách, dịch thuật. Ngày nọ, tôi nói với Cô:

- Thưa Cô, con tìm được một chữ dịch cho từ appearance hay lắm. Chữ đó ta nên dịch là "trình hiện".

- Hay chỗ nào?

- Đó, thì sự vật "trình hiện" lên đúng như tâm thức của ta. Đúng quá chứ còn chi nữa.

- Tôi thì dịch là "giả tướng".

- Thưa Cô, trong chữ "giả tướng" có chữ "giả". Mà nói "giả" tức là ta phê phán rồi. Ta không được phê phán, ta phải khách quan.

Cô cười khanh khách. Tôi không rõ tại sao lần đó Cô cười lớn. Cô thú vị điều gì? Tôi nghiệm ra rằng chỉ đối với Cô Trí Hải tôi mới mạnh dạn nói những điều tôi nghĩ. Tôi đã từng gặp các vị tu sĩ khác và ít có những cuộc đàm luận tự nhiên và bình đẳng như với Cô. Một điều đặc biệt nữa là Cô biết lắng nghe. Có lẽ đó là điều mà Cô học của Hòa thượng Thiện Siêu. Thầy Thiện Siêu và Cô là hai người mà tôi được gặp, hai vị tu sĩ chịu lắng nghe những ý kiến của một người tại gia sơ cơ như tôi.

Đời sống xã hội của Cô có nhiều phiền toái, Cô cũng chịu lắm điều khổ nạn. Ngày nọ Cô nói với tôi:

- Tôi mong kiếp sau sẽ được tái sinh ở cõi Phật A-Di-Đà. Tôi không muốn làm kiếp người nữa.

Cô nói với một giọng thanh thản và vững chắc. Tôi không ngạc nhiên lắm mặc dù thông thường Cô ít nói về cõi Cực lạc phương

Tây. Phải thôi, kiếp của một ni sư trong đời làm người thật là khó khăn, nhất là khi trên thế giới bóng tối nhiều hơn ánh sáng. Con người phải kiên quyết lắm, nghị lực lắm mới vừa giáo hóa học trò, vừa đi cứu trợ, vừa sống trong thế gian tục lụy, vừa trau dồi Phật pháp, vừa tự mình sáng tác, vừa dịch thuật và giới thiệu kinh sách. Ai đã từng sống ở thành phố Hồ Chí Minh ồn ào hẳn phải biết đây thật là một điều bất khả. Ngày nọ Cô nói:

- Anh biết không, Ngài Đạt-Lai-Lạt-Ma có thần thông đó nghe.

- Thiệt không Cô, sao Cô biết?

- Cách đây không lâu tôi có viết thư cho Ngài xin một tấm hình. Không ngờ, không những Ngài gửi cho một tấm hình mà còn có cả chữ ký nữa. Vừa rồi đây, tôi dịch một tác phẩm của Ngài và nguyện chỉ uống nước thôi, không ăn suốt mười ngày để dịch cho xong. Tôi để tấm hình của Ngài trước mặt và quả nhiên không hề thấy mệt mà còn khoẻ lên nữa.

Sau đó Cô gọi người đem tặng tôi một chồng sách do Cô viết và dịch, trong đó có tác phẩm nọ của Đạt-Lai-Lạt-Ma. Cô lắng nghe tôi kể đã gặp Ngài tại Bonn và lời tôi tâm sự, sao giọng của Ngài nghe rất quen thuộc đối với tôi. Cô muốn nói điều gì nhưng cuối cùng giữ im lặng.

Ngày nọ trên đường từ Tây Tạng về, tôi "gùi" trong ba-lô một bức tượng của Bồ-tát Văn Thù đem đến cúng dường trong chùa. Tôi biết tuy Cô mong thác sinh về cõi Cực Lạc nhưng con người của Cô không phải chỉ chuyên tâm niệm Phật mà là người lấy trí tuệ làm sự nghiệp. Thế nên Văn Thù tay cầm kiếm bén chém màn vô minh phải là tính cách của Cô. Và quả như thế, nội dung của các câu chuyện giữa Cô và tôi đều thuộc về nhận thức luận, lý giải cảnh đời, cảnh người, tác động của nghiệp, về các bậc thầy đã xuất hiện trên thế gian trong thế kỷ XX. Ngày nọ Cô nói:

- Đau răng mới biết rõ ý nghĩa của vô ngã!

- Răng có với vô ngã ăn thua gì đâu Cô?

- Khi răng không đau thì mình không để ý tới hắn, coi như không có. Khi hắn lên tiếng là có chuyện. Cũng thế, nếu mình vô ngã thì môi trường xung quanh mình sẽ rất dễ chịu. Còn mình lên tiếng "có tôi đây" thì có chuyện ngay. Bởi vậy, muốn lành mạnh là vô ngã, vô ngã là lành mạnh.

Lần nọ tôi kiếm thăm Cô và kể chuyện vừa đi chiêm bái Linh Thứu ở Ấn Độ về. Cô chăm chú nghe và mừng cho tôi được đi thăm các thánh địa. Tôi hơi có chút xấu hổ vì kẻ nhập môn như mình mà đã được đi chiêm bái, còn Cô thì chưa. Trong giọng nói của Cô tôi nhận ra có một niềm mong ước rất lớn được đi thăm dấu chân của Đức Phật.

Cách đây chưa đầy một năm, cuối tháng 12 năm 2002, Cô đưa chúng tôi về thăm tịnh thất tại Nhà Bè và Hóc Môn. Nhờ Cô mà tôi được gặp thầy Nhật Từ trong lần này. Thầy Nhật Từ gọi Cô bằng "Ni trưởng" hết sức trân trọng, còn tôi xưng hô cứ như cô cháu trong nhà. Nhà Bè là một cơ sở nuôi dạy các cháu mồ côi, nay đã khang trang. Còn Hóc Môn là một ngôi chùa khiêm tốn mới xây, có phòng giảng pháp và lớp cho trẻ em học. Đất ở Hóc Môn do một đệ tử cúng dường để cho Cô có chỗ yên tĩnh để làm việc và nghỉ ngơi, xa bớt đường Nguyễn Kiệm bụi bặm. Chúng tôi ngồi uống trà trong một cái cốc lợp bằng tre lá, nghe tiếng gió bên ngoài xào xạc chen giữa các hàng cây. Tôi nói giọng cải lương:

- Bây giờ Cô cũng có một chốn để về rồi!

- Tôi mà cũng có phước báo sao?

Chúng tôi mỉm cười. Phước báo hiểu theo nghĩa nhà đất, tài sản thì đúng là xưa nay Cô không có và Cô cũng chưa bao giờ cần có.

Bao nhiêu năm gặp Cô tại Nguyễn Kiệm chưa bao giờ tôi nghe Cô nói cần một cái gì, thậm chí chưa bao giờ Cô than "không có thì giờ". Còn hiểu phước báo là tài năng và trí tuệ thì Cô có thừa và đang chia sẻ cho tăng ni sinh của Cô. Trong dịp này Cô cho hay là được cấp lại hộ chiếu rồi. Tôi thầm mong có đủ nhân duyên để Cô đi thăm thánh địa và qua châu Âu thăm Phật tử một chuyến.

Ngày 11.10 năm 2003 vừa qua, tôi lại bấm chuông nơi chiếc cửa sắt màu bạc của ngôi chùa nhỏ trên đường Nguyễn Kiệm. Ni cô thị gỉ mở cửa cho tôi vào. Vị ni cô cho hay cách đây vài tháng Sư bị té ngã nằm nhà thương tưởng nguy hiểm tính mạng nhưng bây giờ lành rồi. Gặp tôi Cô tiếp câu chuyện tai nạn đó và kể:

- Lúc tôi té xuống, thật tâm tưởng mình sắp chết, tôi hết sức vui mừng sắp thoát được kiếp người.

- Thật sao Cô?

Tôi ngẩn người nhìn Cô. Nhưng tôi liền nhớ ngay đến câu chuyện Cực Lạc phương Tây và tin là Cô nói thật. Đúng thôi. Đối với một người sống từ nhỏ trong Phật pháp như Cô thì sống chết có nghĩa gì, chết là đi từ một cảnh giới này qua một cảnh giới khác thôi. Tôi bỗng nhớ đến thân phận mình:

- Cô được tự tại như thế chứ con thì không. Người tại gia bị vướng bận lắm Cô ạ. Vướng bận vợ con, nhất là con cái. Con không biết tới cái ngày đó mình sẽ ra sao.

- Ừ thì tại gia xuất gia chỉ khác nhau chỗ đó.

Cô nói nhỏ tiếng. Tôi ngẫm nghĩ một lát:

- Nhưng nếu cho con được ước nguyện thì con không thích về cõi Cực Lạc. Con thích về cung trời Đâu Suất nghe Đức Di-Lạc giảng pháp hơn.

- Anh coi chừng về Đâu Suất thì phải nhớ Đâu Suất nội viện

nghe.

- Đâu Suất mà cũng có nội ngoại sao Cô?

- Có chứ. Ngài Di-Lạc ở Đâu Suất nội viện, còn Đâu Suất ngoại viện chỉ là vòng ngoài vui chơi hưởng lạc thôi.

Thấy tôi cười, Cô nói tiếp:

- Thì cũng như có người tới chùa không vô nội điện lạy Phật mà chỉ ở vòng ngoài ăn cơm chay thôi.

Tôi càng cười lớn tiếng. Tôi ghé qua nội điện của chùa thì thấy tượng Văn Thù "của tôi" được thờ ở đó, nhưng lại có thêm bức thứ hai. Cô nói có một Phật tử ở Hồng Kông cũng thỉnh về một bức Văn Thù cho Cô. Cô nói trí tuệ thì không bao giờ đủ. Thứ bảy hôm đó Cô hẹn tuần sau tôi đến trình bày đề tài "Sự tái sinh trong quan điểm của đạo Phật":

- Bắt đầu 6 giờ đó nghe. Anh dậy sớm nổi không?

- Dạ được chứ!

Tôi mạnh miệng như thế chứ không ngờ tăng ni sinh ca Cô bắt đầu khóa học sớm như vậy. Tuần sau, ngày 18.10, tôi dậy 5 giờ sáng, lần đầu tiên tôi cả gan đi giảng bài cho môn đệ của Sư cô Trí Hải. Đường từ quận 5 đến Nguyễn Kiệm khá xa, xem như chạy từ đầu này qua đầu kia của thành phố. Đến nơi đúng 6 giờ thì các vị tăng ni sinh đã ngồi đầy sân, có vài vị cư sĩ do Cô thân hành mời riêng. Tôi bắt đầu buổi trình bày và thấy Cô ngồi tuốt đàng sau, gần các vị cư sĩ. Sau này mới biết Cô chu đáo ngồi xa nhất để xem người ngồi sau có nghe rõ. Trong phần trình bày tính chất của ý chí và ước nguyện, nói rằng những niệm lực này có thể tồn tại từ đời này qua kiếp khác, tôi lấy thí dụ:

- Ví như đời này ta có ước nguyện đi hành hương đất Phật mà chưa đủ điều kiện thì ước nguyện đó vẫn tồn tại và đợi nhân duyên hình thành, đời sau hay đời sau nữa sẽ thực hiện được.

Tôi bất giác nhìn Cô, thấy Cô mỉm cười gật đầu. Tôi cảm nhận có một sự rúng động nơi Cô. Ngờ đâu, đó là lời thưa gởi cuối cùng của tôi đối với Cô.

Chưa đầy hai tháng sau, chiều chủ nhật 7.12, tôi đọc một điện thơ của một người bạn cho hay Cô đã bị tai nạn từ trần. Nửa tin nửa ngờ, tôi gọi ngay về Nguyễn Kiệm. Một ni cô giọng đầy nước mắt xác nhận hung tin kinh hoàng đó. Sau khi viết thư báo tin cho thầy bạn, tôi tự hỏi năm nay Cô bao nhiêu tuổi. Trước sau, tôi vẫn không biết đến tuổi Cô.

Tôi vào Google, gõ từ "Trí Hải". Vô số tài liệu mang tên Cô hiện ra. Tôi lạc vào một website nọ và chợt thấy tác phẩm "Tâm bất sinh", ngữ lục của thiền sư Bankei, Việt dịch Thích Nữ Trí Hải. Tôi đọc lại "ghi chú của người chuyển ra Việt ngữ" và nhận ra lại văn phong nhẹ nhàng, lấp lánh trí tuệ của Cô. Chiều nay lời văn vô cùng sống động như Cô đang trực tiếp nói với tôi. Tôi đọc lại Bankei và chợt thấy lời dạy của Ngài thật giống với Krishnamurti, một người mà Cô Trí Hải cũng vô cùng quý trọng và đã dịch khá nhiều.

Khi tôi đọc xong thì bên ngoài trời đã tối. Cô ra I đã hơn 6 tiếng đồng hồ rồi. Cõi nhân sinh lại vắng thêm một người đầy tài năng, đức hạnh và nhiệt tâm phục vụ con người và đạo pháp. Ôi, những con người này càng ngày càng ít ỏi. Tôi lại không tìm thấy số tuổi của Cô vì mãi đọc Bankei nhưng bây giờ điều đó không còn quan trọng nữa. Tâm bất sinh thì làm gì có tuổi. Tôi đến cửa sổ nhìn ra bên ngoài. Trăng 14 rực sáng trong một bầu trời hoàn toàn không mây hiếm có của mùa đông châu Âu. Ánh trăng dường như có màu xanh, in rõ bóng đậm của mái nhà trên vách tường. Tôi đang đau buồn nhưng biết đâu Cô đang tiêu dao cùng trăng sao? Cô chẳng đã nói "vui mừng sắp thoát được kiếp người" ư?

Nghĩ lại thì ra trước khi chia tay, tôi kịp thưa gửi Cô một câu chuyện hành hương, còn Cô kịp nhắn gửi cho tôi một câu về lòng "vui mừng". May cho tôi được nghe câu đó, nếu không thì lòng tôi bây giờ đau xót đến bao nhiêu. Thế nhưng vẫn xin hỏi Cô, Cô có nhất định muốn thác sinh về cõi A-Di-Đà hay cuối cùng Cô "đổi ý" tái sinh làm lại kiếp người để tiếp tục giáo hóa và để đi thăm thánh địa?

9.12.2003

Ni Trưởng Thích Nữ Trí Hải chèo xuồng đi cứu trợ bà con xã Đức Hòa - Long An

CHIẾC NHẠN BAY RỒI

HUYỀN KHÔNGTHÍCH MÃN GIÁC
(1929-2006)

Cánh nhạn bay rồi sao quá mau
Nhìn theo sử sốt tới ngàn sau
Thế gian sanh diệt bây giờ thấy
Cảnh đẹp Hoa Nghiêm đổi sắc màu

Nhiếp niệm còn nguyên hiện ảnh hình
Cao siêu màu nhiệm biển tâm linh
Có không đáy nước trăng chìm xuống
Vang dội Kim Cang vọng tiếng kinh

Nhắm mắt cho trời đứng lặng yên
Thoáng nghe mùi vị của hương thiền
Tấm thân tứ đại rồi tan biến
Về với vô cùng hết đảo điên

Sóng vỗ sông dài hướng đại dương
Tang tình khúc hát tiễn lên đường
Ba sinh dù có ngàn thương nhớ
Tiếng vỗ bàn tay về một phương

Los Angeles *ngày* **8** *tháng* **12** *năm* **2003**

SIÊU XUẤT TỰ TẠI

TÂM QUANG - VĨNH HẢO

Biển trí mênh mông rạng ngời Tuệ giác Văn Thù
Mắt Từ vời vợi chan rưới Bi nguyện Quan Âm
Vào ra tự tại hề chi lửa hừng ba cõi
Long nữ hiện thân trời người cung kính nghiêng mình
Bút son chấm phá đường bay hạc trắng
Vườn Tuệ thơm hương đàm hoa mở cách chơn thường
Chớp mắt phủi tay - trần gian huyễn mộng
hiển lộ Như Lai thực tướng
Vẫn đi vẫn về - con đường siêu việt Bát Nhã ba-la

Kính dâng Ni sư Thích Nữ Trí Hải
Hậu học khấp đề

HƯƠNG ĐÀM

THỊ NGHĨA TRẦN TRUNG ĐẠO

Chuyến xe đời vụt qua
Vầng trăng tròn chợt khuyết
Cánh Hoa Đàm vừa rơi
Hương Đàm bay. Tưởng tiếc.

Người đến không ai hay
Đi chẳng chờ ai tiễn Tú đại sẽ về đâu
Trong trùng trùng hư huyễn.

Như gió thổi qua song
Như mây bay qua núi
Như nắng tắt đầu sông
Như nước hòa biển lớn.

Nhưng nước vẫn có nguồn
Lá rơi còn có cội
Trong dòng suối tình thương
Biết ơn lần tắm gội.

Tiếng gọi của Từ Bi
Vọng hai ngàn năm trước
Đường Trí Tuệ hôm nay
Biết ơn người đã bước.

Xin im lặng cúi đầu
Trong tâm thành chánh niệm
Ngưỡng vọng về Tây phương
Kính dâng lời khấn nguyện:
Nam Mô A Di Đà.

NHỚ VỀ NI SƯ TRÍ HẢI

NGUYÊN HẠNH

Trước đây, nhân dịp về đám tang Ba tôi; sau khi ghé Đại Học Vạn Hạnh nghe Ni Sư Trí Hải thuyết pháp, chúng tôi đã được Ni Sư dẫn về thăm Tịnh Thất ở Nhà Bè mà dân cư ngụ quanh vùng gọi là "Chùa Các Sư Cô."

Lối đi vào là con đường đất hẹp. Chỗ còn đọng vài vũng nước, chỗ thì sỏi đá gập ghềnh, hai bên đường bụi bờ sình lầy rác rưởi. Dưới trời nắng chang chang, chúng tôi cố đi nhanh cho mau tới nhưng thỉnh thoảng Ni Sư lại dừng bước, trìu mến xoa đầu thăm hỏi đám con nít, áo quần lem luốc đang chơi đùa trên đường. Thấy Ni Sư đi tới, các cháu chắp tay "Sen búp" cúi chào rồi ngơ ngác, mắt mở to nhìn chúng tôi theo gót Ni Sư về Tịnh Thất.

Thấp thoáng qua lớp rào cây, bóng các Sư Cô áo lam đang lui tới trong sân vườn. Dưới những dãy nhà mái lợp tôn, gió lùa mát mẻ, bàn ăn sắp sẵn ngay ngắn với chén đũa đầy đủ, các Sư Cô bắt đầu dọn cơm trưa. Ni Sư đãi chúng tôi một bữa cơm chay ngon thật là ngon: Canh chua ăn với bún, gỏi trộn, chả giò, rau xào… Món nào cũng đặc biệt hấp dẫn. Vừa ăn vừa nói chuyện, không phải chỉ những câu chuyện trong Đạo giữa Thầy và đệ tử nhà Phật mà còn nhắc những kỷ niệm ngày ấu thơ; những ngày sống trên mảnh đất "Thôn Vỹ" thân yêu, bên bờ sông Hương êm đềm thơ mộng của xứ Huế, những ngày vui đùa dưới mái trường Đồng Khánh. Cô còn nhắc những ngày vui đùa trên sông Hương, khi thì bơi đua, khi thì rủ nhau qua Cồn Hến bẻ bắp, nhổ đậu phụng. Đôi lúc bị phát giác, lo hít hơi thật dài rồi nín thở, lặn xuống nước, bơi nhanh về gần đến nhà mới dám ngóc đầu lên, nhiều khi ngộp muốn chết mà cũng phải ráng. Cô còn cho là ngày còn đi học, nghịch như con trai, không kém nam sinh chút nào hết.

Ngày đi học, Cô chăm học lắm, thuộc loại "Gạo." Mỗi khi chị ruột Cô là chị Phùng Mai đọc sách Pháp-Anh, gặp bao nhiêu chữ khó, đều bảo Cô học thuộc, xong hỏi đâu Cô đều trả lời đó. Bạn của chị đến nhà, khi cần tra tự điển, chị bảo cứ hỏi cô em chị là nó sẽ trả lời vanh vách. Từ đó các cô bạn chị truyền miệng nhau và đặt biệt danh cho Cô là "Cuốn tự điển sống."

Ni Sư còn kể cho chúng tôi nghe, nhờ lòng tin và cầu nguyện mà Ni Sư đã chữa lành bệnh cho nhiều người. Bao nhiêu chuyện mới, chuyện cũ cứ tuôn ra hết, mọi người vui cười thoải mái, lưu luyến nhau mãi không muốn ra về dù nắng đã tắt và chiều đang dần xuống!

Ni Sư đã dẫn chúng tôi đi khắp nơi trong Tịnh Thất: Chỗ thờ Phật, phòng kinh sách, phòng của Ni Sư, chỗ ở của các Sư Cô, chỗ của các em mồ côi ở, các lớp học chữ, học cắt may, chằm nón, v.v..

Một năm sau, Ni Sư được giấy phép xây cất thành nhà Như Lai, có điện thờ Phật, có giảng đường, có chỗ cho các Sư Cô ngồi thiền.

Trong khi xây cất nhà Như Lai, cũng có nhiều tai nạn xảy ra. Trong thư gởi cho Sư Bà Cát Tường (Ni trưởng Tịnh Xá Hoàng Mai – Huế) có đoạn Ni Sư đã viết:

"Ba tai nạn đã xảy ra rất nguy hiểm nhưng đều qua khỏi nên con nguyện với Chư Phật có tai nạn gì con xin gánh chịu hết vào bản thân, đừng để bất cứ ai vì xây chùa này mà gặp phải tai nạn. Bây giờ những việc nguy hiểm đã qua, con vô cùng cám ơn Chư Phật, Chư Bồ Tát và con sẽ đặt tên Lầu Cát Tường để đánh dấu điểm lành và cũng để niệm đức Ân Sư."

Có ai ngờ chỉ sau một thời gian ngắn, nhà Như Lai đã vắng bóng Ni Sư để cho biết bao người thương tiếc đau buồn:

Hoằng dương Phật Pháp cứu độ chúng Sanh.
Tâm nguyện của em, nửa đường đứt đoạn!
(Khóc em của bác sĩ Phùng Mai)

Khi đi cứu trợ ở huyện Bù Đăng, Ni Sư bị té chấn thương cột sống. (Đây là lần thứ hai, lần thứ nhất té ở Suối Tiên – Nha Trang, cột sống cũng bị thương khá nặng) phải nằm liệt trên giường sáu tuần, đau đớn như vậy mà vẫn sáng tác những tập thơ "Ngọa Bịnh Ca", "Báo Ân Ca" với lời thơ thanh thản nhẹ nhàng, lạc quan, đầy Phật tính:

Ngọa bịnh Ca

Nhờ bệnh khởi tâm lành
Nhờ bệnh ngộ vô sinh
Chỉ cần tâm không vướng
Niết Bàn vượt tử sinh.

Nhờ bệnh thấy vô thường
Thấy thân như đồ gốm
An nhiên tâm nhìn ngắm
Mọi cảnh sắc phù vân.

Thân này như bọt nước

Vô thường là lẽ thường
Chấm dứt ngay vọng tưởng
Sực tỉnh cơn mộng trường.

Nếu không bệnh liệt giường
Làm sao ngộ sinh diệt
Diệt sinh từng hơi thở
Hết sinh diệt, chân thường.

Chẳng thà sống một ngày
Thấy được lẽ sinh diệt
Còn hơn sống trăm năm
Mê mẩn theo sắc trần.

Hãy để tâm vắng lặng
Theo dõi hơi ra vào
Thấm nhuần Chân, Diệu, Pháp
Trong từng mỗi tế bào.

Ni Sư đã chuẩn bị sẵn sàng vì cái chết của con người xảy ra bất ngờ và nhanh chóng lắm:

Tôi sẽ lo thanh toán nợ nần
Của người không dính một hào phân
Nhẹ nhàng trở gót khi lâm sự
Rũ sạch trần ai hết nợ nần!

Dù sao Ni Sư cũng được mãn nguyện phần nào, vì sau đó – ngoài Tịnh Thất ở Nhà Bè, Ni Sư đã mua được một mảnh đất vừa ý để lập chùa ở Hóc Môn và mộ phần của Ni Sư đã tọa lạc ở nơi đây.

Tiền mua đất phần lớn do một Phật tử ở xa vì ngưỡng mộ đức độ và lòng từ bi của Ni Sư mà cúng dường. Phải tìm kiếm vất vả lắm mới mua được mảnh đất vừa ý này.

Vào cổng, phía tay trái có cái Cốc lợp tranh. Những năm tháng ban đầu Ni Sư hay về đây làm việc và nghỉ ngơi. Ni Sư thích nơi này lắm nên về hoài, Ni Sư đã đem treo những câu thơ của Ngài Huyền Không trong vườn chùa:

"Cho thơ nói chuyện với hoa cỏ lá cành, cho thơ cùng thở với gió mưa, cho thơ đi vào mắt rồi ở lại trong lòng người, cho thơ sống với một chút đất trời quê hương!"

Mộ phần của Ni Sư ở bên trái của con đường dẫn vào chùa. Bức chân dung hiền hòa đôn hậu tạc trên đá cẩm thạch đen xám. Ni Sư đang mỉm cười chào đón mọi người đến viếng thăm mộ phần. Cây cảnh xanh tươi, những con vật bằng đá xinh xắn nằm chen trong hoa lá trông như những con vật thật đang quanh quấn bên mộ phần của Ni Sư. Dưới bức chân dung nổi bật giữa màu xanh của lá là đóa sen trắng nuốt. Bên dưới là hũ cốt của Ni Sư.

Trên cõi đời này đã mất đi một người nhiều tài năng đức hạnh, hiền lành, độ lượng, học bác uyên thâm, luôn luôn xả thân cho việc từ thiện, cứu khổ. Ni Sư đã không quản nắng mưa, bão lụt, không ngại đường sá xa xôi, vào tận các xóm quê nghèo lầy lội, đến tận những mảnh đất tả tơi, hoang tàn sau cơn thiên tai để giúp đỡ biết bao người khổ cực khốn cùng.

Ngoài cứu trợ bão lụt, thiên tai, Ni Sư còn có chương trình bảo trợ hằng năm cho trường Mẫu giáo bán trú như ở xã Hương Quảng, xã Hương Lộc. Nuôi nấng dạy chữ, dạy nghề cho các trẻ mồ côi, thường xuyên giúp đỡ, ủy lạo những bệnh nhân ung bướu, những người già yếu, những người đau ốm tật nguyền, phong cùi, mù lòa. Ni Sư còn đến những nơi xa xôi hẻo lánh để cứu trợ việc đắp cầu, đào giếng nước cho dân nghèo.

Ni Sư rất có tình với bà con, họ hàng. Có dịp thì ghé thăm viếng, nhất là đối với những vị già nua đau yếu. Ni Sư thường mang đến cho họ sự an ủi, dịu dàng, thân mật, chịu khó hằng giờ nghe những lời tâm sự làm cho họ cảm thấy ấm cúng và bớt cô đơn. Vì thương quý Ni Sư họ nghe lời khuyên và chuyên tâm niệm Phật nên lòng được yên tịnh, trí được thảnh thơi hơn.

Than ôi! Ni Sư đã ra đi:
Một hoa Đàm đã rụng!
Một đuốc tuệ đã tàn!

Nhưng hình ảnh của Ni Sư vẫn còn hiện hữu trong trái tim của biết bao nhiêu người. Hình ảnh một vị chân tu với trái tim Bồ tát sẽ mãi mãi không phai mờ trong ký ức của những người dân Việt Nam bất hạnh, đã từng được Ni Sư cưu mang cứu khổ.

Ôi! Cao cả thay một đóa Sen tràn ngát hương hoa mà hương thơm vẫn còn tỏa ngát muôn phương!

Tai nạn đến em ra đi chớp nhoáng.
Ánh Kim Quang tô điểm mảnh trăng treo.
Kiếp số tròn, em về với hư vô.
Trăng mười bốn có thêm màu huyền dịu!
(Khóc em của bác sĩ Tôn Nữ Phùng Mai)

Mùa Thu 2015

"… Ni giới Việt nam luôn tự hào về ni trưởng Trí Hải, nơi người thấp thoáng hồn nghệ sĩ, phóng khoáng trên gương mặt sáng ngời, nụ cười rộng lượng bao dung, một nụ cười có muôn nẻo đi vào giác ngộ. Ni trưởng quả là một ngôi sao sáng, một đóa sen ngát hương của từ bi và trí tuệ giữa chốn hồng trần, lòng từ bi và hạnh nguyện vị tha của người đang chiếu soi từng bước chân…"

Có năm tiêu chuẩn sau, mà một người khi phục vụ một người, một nhóm, một cơ quan nào, nên theo đó để tự xét. Sau một thời gian phục vụ, nếu tự xét thấy mình tiến bộ về năm phương diện này, thì như vậy chứng tỏ phục vụ của mình là xứng đáng, nên tiếp tục. Ngược lại thì không.

Giới: Mình có còn giữ được tư cách làm người không? Có vi phạm năm giới cấm, căn bản làm người không?

Định: Có thường giữ được sự định tĩnh, vô úy, không bị thác loạn rối ren không?

Tuệ: Có luôn luôn sáng suốt tự chiếu soi hành vi của mình không?

Bố thí: Có tăng trưởng lòng từ bi, sẵn sàng giúp đỡ kẻ khác không tiếc tiền của, sức lực không?

Đa văn: Có luôn luôn học được điều mới lạ, mỗi ngày được mở mang trí thức không?

Xét năm tiêu chuẩn trên, ta thấy rõ đức Phật không nhằm bênh vực một hạng người nào, giai cấp nào, chủ thuyết, tôn giáo nào, khi bàn về vấn đề phục vụ. Ngài hoàn toàn đứng trên một căn bản con người, và con người trực tiếp bàn ở đây là cá nhân người phục vụ. Đây là một bằng chứng cụ thể về tính nhân bản của giáo lý Phật, mặc dù Ngài không hề rêu rao như vậy, và giáo lý Ngài cũng không dừng ở mức như vậy.

THÍCH NỮ TRÍ HẢI
trích Vấn đề phục vụ,
trong Bóng Nguyệt Lòng Sông, tr. 90-94

PHÙNG KHÁNH VÀ PHÙNG THĂNG: LỘ TRÌNH TƯ DUY TRIẾT HỌC - PHÁC THẢO HIỆN TƯỢNG LUẬN TÌNH YÊU

GIÁO SƯ THÁI KIM LAN

Bài viết ngắn này chỉ là một phác thảo gợi ý về sự nghiệp và ảnh hưởng của hai nhà nữ trí thức miền Nam trong những thập niên 60, 70, nằm trong dự án Thư Quán Bản Thảo soạn thảo về các nữ văn sĩ miền Nam trước 1975. Phùng Thăng tạ thế cuối thập niên 70. Phùng Khánh đã là Ni sư giữa thập niên 60 và trở nên một Ni Sư Trưởng lỗi lạc trong giáo hội Phật giáo Việt Nam trước và sau 1975, liễu sinh 2003.

Sẽ là một thiếu sót lớn nếu không đề cập và tìm hiểu tư tưởng của hai vị, bởi vì ảnh hưởng của hai vị đối với thanh niên trí thức miền Nam thời ấy thật lớn lao, như chính người viết bài này từng là một trong những đương sự đã có lần thú nhận:

"Tôi đã gặp chị Phùng Khánh lần đầu tiên như thế, không bằng hình hài, mà qua "Câu chuyện dòng sông" hay "Siddhartha" của H. Hesse, qua ngọn bút dịch thuật tài hoa của chị (và Phùng

Thăng, chú thích của người viết). Như một kẻ đầu đàn trong giới nữ lưu tiếp cận với văn hóa Tây phương, Phùng Khánh đã khám phá "Siddhartha" như một của báu và trao lại cho chúng tôi. Từ đó không thể nào quên những giây phút lạ lùng giữa những cuốn hút của dòng văn, con mắt của chính mình đã hơn một lần choàng tỉnh nhận ra "của báu trong nhà tìm kiếm mãi" đang được một người ngoại cuộc nâng niu, rồi có một người trong cuộc trang trọng trao lại cho mình. Bỗng như một liên cảm, tuy chỉ văn kỳ thanh mà đã thấy tri ân chị Phùng Khánh xa lạ chưa quen." (Thái Kim Lan, Tưởng niệm Ni sư Trí Hải).

Không những tác phẩm đã dẫn trên mà về sau, bản dịch tác phẩm "Triết học Phật giáo" của Phùng Khánh đã là sách gối đầu giường.

Thao thức băn khoăn của anh Trần Hoài Thư thật đúng: "Người ta nhắc nhiều đến Nguyễn Thị Thụy Vũ, Túy Hồng, Trùng Dương, ngay cả Nguyễn Thị Hoàng, Nhã Ca, nhưng họ quên sự đóng góp lớn lao cho một thế hệ băng hoại, mất niềm tin" của Phùng Khánh và Phùng Thăng.

Quả thật tư tưởng và tác phẩm cũng như hành trạng của họ không những mang lại vẻ cẩm tú trên văn đàn miền Nam thời đó mà còn soi sáng trí tuệ và tâm thức của thế hệ đồng thời. Bù trừ sự lãng quên ấy trở nên cần thiết trong dự án nhận định tổng quan về mảng văn học miền Nam, nữ giới nói riêng và cho nền văn học Việt Nam nói chung, không những là điều kiện cần mà còn phải là điều kiện đủ, bởi tính cách đóng góp vào gia sản tinh thần Việt Nam mà Phùng Khánh và Phùng Thăng đã thực hiện khác với những tác phẩm văn chương thời bấy giờ, nhấn mạnh sự khai ngộ một con đường mới nhằm thay đổi tâm thức con người đang bị khủng hoảng về mọi phương diện. Sự khai ngộ ấy nhằm chuẩn bị hành trang cho thế hệ mới trong mọi thời, không chỉ cho miền Nam thời ấy mà cho thế hệ tương lai, trên toàn thể Việt Nam ngay cả bây giờ. Đóng góp văn học của Phùng Khánh và Phùng Thăng còn khác biệt hơn nữa so với những tác giả nữ đương thời ở miền Nam cũng như miền Bắc sau 75, ở điểm, công trình của họ không bao giờ phảng phất tính làm dáng giới tính nhằm gây sốc cho độc giả mà ngược lại chính trí tuệ và tài hoa của những nữ lưu trí thức này đã tỏa sáng sức thuyết phục, có sức mạnh chuyển hóa người đọc.

Trong bài viết này, xin mạn phép không dùng danh hiệu Phật giáo của cố Ni Sư trưởng Trí Hải mà chỉ dùng tên ngoài đời "Phùng Khánh" khi để cập đến tư tưởng của người. Vả chăng, đối với sự nghiệp văn, triết, giáo lý Phật giáo của chị Phùng Khánh hay cố Ni Sư trưởng Trí Hải, bài viết này thật chưa đủ khả năng để trình bày một cách bao quát, mà chỉ chú trọng đến tương quan tư tưởng triết học của Phùng Thăng với sự nghiệp độ sanh qua văn chương và hành thâm bát nhã của Phùng Khánh.

Về dữ liệu tham khảo, ngoài những công trình dịch thuật nổi tiếng của hai vị như "Câu chuyện dòng sông", "Sói đồng hoang" của H. Hesse, "Bắt trẻ đồng xanh" của Salinger... sự nghiệp văn học, tôn giáo, đạo đức của Phùng Khánh rộng lớn so với số liệu các tác phẩm triết học của Phùng Thăng hiếm hoi, tuy nhiên bài viết này lại đưa ra một tương quan tỉ lệ ngược: chính tư tưởng triết học của Phùng Thăng đã chuẩn bị tri thức cho tự ngã khai phóng, vẽ nên sơ đồ hành động mà đồng thời và về sau Phùng Khánh đã thực hiện (Chính tác giả PK đã có lần tâm sự tiếc đã không theo môn triết học, phải chăng lúc ấy Ni sư đang nhớ người em gái của mình?) Sơ đồ ấy phác thảo một con đường mới: con đường trở về nội tâm, tự khai phóng trong tự do và tình thương. Phác thảo ấy căn cứ trên nền tảng triết lý truyền thống Đông phương (chủ yếu là Phật học và Thiền học) được giải trình trong ánh sáng của những thành tựu tri thức triết học Tây phương (hiện tượng luận của Husserl và triết học hiện sinh của Sartre và Heidegger).

Có thể nói Phùng Thăng và Phùng Khánh thuộc những người tiên phong thực hiện cuộc đối thoại liên văn hóa trong bối cảnh lịch sử của xã hội miền Nam đang bị khủng hoảng vì chiến tranh, mâu thuẫn văn hóa đông tây đang xâu xé thế hệ trẻ, ảnh hưởng tiêu cực của văn hóa Tây phương chế ngự cuộc sống, sự băng hoại và mất niềm tin của con người càng ngày càng trầm trọng. Một cuộc đối thoại bình đẳng trong trí tuệ và nhất là trong tình thương mà chính họ đã khai lập giữa ba đào thời thượng. Trong cuộc đối thoại này, trước hết mọi thứ nhân danh đã trở nên xơ cứng giáo điều tước đoạt tính tự chủ của mỗi con người cần được giải thể bằng một phương pháp luận triệt để, phương pháp của Thiền học trong quy chiếu hiện tượng luận như một khoa học về khả năng trí tuệ của con người. Tôi tạm gọi con đường mà hai vị nữ thức giả đã đi "Hiện tượng luận tình yêu", có thể trong tiến trình suy tư về con đường ấy trên trang giấy này, tên gọi của phác thảo được thay đổi.

"Hiện tượng luận tình yêu" như là con đường tư tưởng Phùng Khánh và Phùng Thăng thoạt tiên có thể gây ấn tượng vượt khỏi giới hạn tư liệu mà chúng ta có được về tác giả Phùng Thăng, như đã biết qua việc sưu tầm của TQBT (hiện nay tôi sử dụng nguồn tư liệu ấy cho bài viết), luận án triết học của chị ("Chỉnh lý triết học Tây phương") đã bị thất lạc, chỉ còn những tác phẩm dịch và lời giới thiệu của chị, một vài tiểu luận đăng trong tạp chí Tư Tưởng Vạn Hạnh. Xem ra ít ỏi so với đề tài đưa ra. Nhưng nếu đọc kỹ các lời giới thiệu, và đọc sâu những tiểu luận, nhất là tiểu luận "Vang Bóng Nguyễn Du", và có lẽ chỉ cần tiểu luận độc sáng ấy thôi, cũng đủ cho ta hiểu được yếu tính của tư tưởng văn-triết học Phùng Thăng và Phùng Khánh, mà trong những dòng kế tiếp sẽ đề cập đến.

Khi hạ bút viết cụm từ "Hiện tượng luận tình yêu", đã thấy nhiều đôi mắt từ nhiều góc độ dồn đến hai chữ "tình yêu" theo thói quen "nhân danh tình yêu" như Phùng Thăng đã có lần đề cập: "Người ta chỉ nhân danh tình yêu để nói mà không để chính tình yêu được nói". Trong con mắt của người Phật tử chẳng hạn, hai chữ "tình yêu" e không thích hợp cho một ni sư hay không đúng theo giáo lý diệt tham ái, có lẽ nên dùng "tình thương" chăng. Nói như thế là đã "nhân danh".

Vậy Tình Yêu tự nó lên tiếng như thế nào? Có một tiếng nói "tình yêu"? Nếu có một tiếng thì nguy cơ tiếng ấy lại là nhân danh chứ không là tình yêu. Tiếng nói của tình yêu là gì nếu không chính là "YÊU", là hành động yêu thương? Thế theo dòng biện luận của Phùng Thăng, có thể hiểu YÊU là một hiện tượng của hiện hữu, của giống "hữu tình", thuộc thế giới hữu tình và đa tình đa đoan, nó bao trùm tình thương, trong nhịp đập của trái tim.

Yêu là hiện tượng đang xảy ra, như tôi yêu tổ quốc, quê hương tôi, tôi yêu anh, yêu em, trong thuần chất của tình yêu, chứ không phải là thứ tuyên truyền nhân danh chủ nghĩa yêu nước của một đảng buộc mọi người phải yêu, cũng không phải là một mệnh lệnh của cha mẹ hay lời kêu gọi "hãy yêu nhau đi, cho rừng xanh lá".

Tiếng nói của tình yêu là hiện tượng yêu, không biện minh, không lên tiếng, nó là một trực giác trực tiếp cho ta cảm nhận "yêu". Hiện tượng luận của Husserl nói về "cái nhìn yếu tính" (Wesenschau) chính ở điểm khi hiện tượng "yêu đồng nghĩa với yêu" trong cảm nhận trực quan của chủ thể, sau khi tất cả những hiện tượng "nhân danh" bị tróc hết vỏ ảo danh. Tróc hết mọi ảo ảnh của hiện tượng, YÊU là một hành động hiện sinh, một sự xảy ra như cú nhảy của con ếch vào nước ao trong thơ Bashô. Phùng Thăng cho rằng những người khác, - tha nhân đối với chủ thể, - khi nhân danh tình yêu mà nói về tình yêu - đồng nghĩa họ không yêu đích thực. Trong YÊU cũng như khi "TÔI LÀ", khi tôi hiện hữu, thì mọi ngôn ngữ ngay cả tư duy, ý tưởng, nguyên lý nhị nguyên không còn lý do tồn tại, chỉ có trực quan TÌNH YÊU hiện hữu trong đồng nhất thể tính của hành động YÊU THƯƠNG. Chỉ trong tình yêu đích thực, con người bình đẳng, không phân biệt, chỉ khi tình yêu nói tiếng yêu thương, quê hương tâm linh mới hiện hữu thật sự cho con người. Tìm được tình yêu đích thực, cánh cửa quê hương tâm linh mới mở rộng cho con người trần thế.

Nhưng con người vẫn sống trong đọa đày vì sân hận và vô minh, vì bị búa vây và gây mê trong vũng lầy của những nhân danh tình yêu. Chọn Simone Weil mà không chọn Simone de Beauvoir, bạn đồng song với S. W. trong phân khoa triết thời ấy, lại là bạn đời của J.P. Sartre (trong khi chọn dịch Sartre), và chọn dịch cuộc đối thoại của Simone Weil với linh mục Perrin đều không phải là sự tình cờ, - (có thể đã nằm trong luận án triết học "Chỉnh lý tư tưởng triết học Tây phương"?) - chính vì mong ước tiếng nói đích thực của tình yêu đang nghẹn tắt trên trần thế được khơi nguồn trở lại, chính vì muốn có người đồng điệu BIẾT YÊU. BIẾT- YÊU cần có sự soi rọi của trí tuệ, soi sáng hiện tượng yêu thương đã bị những lớp nhân danh xóa lấp. Vượt lên trên những xóa lấp biến con người thành những đàn cừu, những vệ binh không hồn hay tín hữu được ân sủng, Weil đã lựa chọn ở lại trần thế. Phùng Thăng gọi Simone Weil là kẻ lạ mặt ở Thiên đường, chốn dành cho những kẻ được ân sủng hạnh phúc. Chọn lựa làm kẻ cô đơn, chối bỏ ân sủng, để cùng chung với những người trần, bởi vì chính trí tuệ của

S. W chưa tìm được câu trả lời thỏa đáng cho những nghịch lý giữa ân sủng Thượng đế và khổ đau của loài người, của phi lý giữa Thiên đường và hỏa ngục vô biên. Và nhất là trái tim của S.W. không thể ngưng đập cho con người. Simone de Beauvoir có lần đã nói bà ganh tị với S. Weil, chính vì "con tim của Weil luôn có thể đập tròn trái đất".

Giới thiệu tư tưởng của S. Weil, đồng thời chính Phùng Thăng như đã nội tại hóa (Verinnerlichung) cho mình TÌNH YÊU đầy trí tuệ của Weil:

"... Qua toàn thể văn phẩm, tâm hồn Simone Weil vẫn là một tâm hồn quằn quại cô đơn nhưng rất sáng suốt trong công cuộc đi tìm một Quê Hương tâm linh đích thực cho mình. Chính sự sáng suốt ấy đã đưa Simone Weil đến chỗ khước từ thiên đường hữu hạn để chọn hỏa ngục vô biên vì quá xót thương và muốn chia sớt những lầm than của trần thế. Trong nguyện ước của nàng, như có vọng âm những lời phát nguyện của các vị bồ tát Phật giáo từ muôn nghìn thế kỷ. Trên thiên đường hữu hạn ấy, nếu được chọn, Simone Weil sẽ vẫn mãi mãi là một kẻ xa lạ lạc loài, vì nàng không ước muốn. Nàng chỉ ước muốn Thiên Đường chính thực, Quê Hương tâm linh bình đẳng cho tất cả Loài Người."

Weil đã trần tình điều kiện cho tình yêu đích thực "được nói":

"Dù thế nào, khi con hình dung một cách cụ thể hành động gia nhập Giáo hội của con như một điều sắp sửa xảy ra, thì không có ý tưởng nào làm con khổ sở hơn ý tưởng tự tách mình ra khỏi đám người lương rộng lớn đang khốn khổ. Nhu cầu khẩn thiết của con, có thể gọi thiên mệnh của con, là sống giữa những con người và những môi trường khác biệt bằng cách hòa lẫn vào đời sống của họ, cùng mang với họ một sắc màu, ít nhất là trong mức độ mà ý thức không chống đối, tan biến giữa họ, để được thấy họ trong những thực thể không giấu giếm, che đậy, giả trang. Con muốn biết con người như vậy để yêu thương họ tự bản chất của họ. Bởi nếu con không thương yêu họ trong nguyên thể, thì con chưa thương yêu chính họ, và tình yêu của con không có thực." (S. Weil, thư gửi Linh mục Perrin)

Trong lúc khước từ tình yêu cá nhân, chỉ dành trái tim cùng trí tuệ cho tình yêu chân lý, tình yêu đích thực, S. Weil đã xây dựng một triết lý theo đó để hành động một cách triệt để và sẵn sàng chết để "hòa lẫn" với con người, để "tan biến" với con người. "Yêu thương con người tự bản chất", trong nguyên thể, hiện tượng luận tình yêu của Weil ẩn hiện hình ảnh các vị Bồ Tát Phật Giáo, như Phùng Thăng nêu ra. Hình như S. Weil là hiện thân ngắn ngủi của một vị Quán Thế Âm, muốn lắng nghe "chất người" trung thật nhất trên thế gian để cùng chia xẻ cho đến chết. Một liên tưởng không phải tình cờ mà chính là một chất tố quan trọng trên con đường tìm về nội tâm, xây dựng hiện tượng luận tình yêu mà Phùng Thăng mơ ước.

Khác với Weil triệt để với quan điểm của mình đến héo khô, Phùng Thăng đã nếm trải tố chất của tình yêu, yêu chồng, yêu con, yêu văn chương, yêu người và sau đó khởi đầu hành trình cô đơn của một Bồ Tát trở lại trần, chứng nghiệm mọi nghịch lý cay đắng của cuộc đời.

Simone Weil là một, Nguyễn Du là hai, chỉ hai người thôi trong diễn đàn văn học đã được Phùng Thăng nhận ra bóng dáng của những vị Phật hữu tình nơi điểm chung của họ là tình thương vô hạn.

"Và Nguyễn Du thoát xác thành Đại sĩ, để đi vào tận thế giới không tên của trăm nghìn kiếp sống. Lòng xót thương của người không chỉ hạn cuộc trong cõi người ta, dù đó là loài chúng sinh đa tình nhất. Lòng xót thương đã khiến người nhận ra tính đồng thể mà chỉ có các Bồ Tát, kẻ giác ngộ trong loài hữu tình, mới thấy rõ để từ đấy, phát nguyện độ tận chúng sinh. Một tình thương bao la như thế biết dung vào đâu trong sanh tử..."

Lòng xót thương của Nguyễn Du đến thập loại chúng sinh đang quằn quại trong địa ngục trần gian, bởi khổ cũng chính là yếu tính của hiện sinh - đã khiến người nhận ra tính đồng thể của mọi loài hữu tình - trong tình yêu cũng như trong khổ não mọi người đều bình đẳng như là con người nguyên thế, cho nên Weil mới tan hòa với họ và Nguyễn Du đau đớn với họ. Không chỉ kêu lên tiếng đứt ruột với Kiều, tình yêu của Nguyễn Du lên tiếng vào tận thế giới không tên của trăm nghìn kiếp sống, "một tình thương bao la như thế biết dung vào đâu trong sanh tử...?" nếu không phải là luôn lên đường lênh đênh vạn nẻo?

Cho nên hành trạng chủ thể "hiện tượng luận tình yêu" chính là hành trạng của vị Bồ Tát nguyện trở lại trần để đi hết cõi trần của người sống, hết 10 tầng địa ngục, đau nỗi đau của thế gian, độ tận chúng sinh. Có thể nói hình ảnh hay ý niệm Bồ Tát giữa loài hữu tình do Phùng Thăng đưa ra trong cuộc chuyện trò Đông Tây thật đắc song song với những khái niệm chủ đạo của triết lý Simone Weil, và chủ nghĩa hiện sinh của Sartre đến từ hiện tượng luận Husserl với những cặp phạm trù hiện sinh: phi lý - tự do - trách nhiệm.

Cái sinh thể đã liễu tri chân lý, đã giác ngộ tính vô thường của cõi trần gọi là Bồ Tát ấy trước tiên là một CON NGƯỜI như mọi người, chỉ duy đã thấu suốt chân lý của cuộc đời. Sự thấu suốt này không do khả năng siêu nhiên mà qua trải nghiệm tận cùng khổ ải, qua nhiều tầng địa ngục, tri kiến tận cùng định luật vô thường vô ngã để phá vỡ xích xiềng của thập nhị nhân duyên cho đến khi nhận ra tính không của mọi pháp và giác ngộ giải thoát.

Trong tiến trình luân hồi, Bồ Tát trực nghiệm tự do giải thoát khỏi mọi ràng buộc thế gian. Nhưng có lẽ chứng nghiệm tự do tuyệt đối nhất chính là lúc Bồ tát từ chối bước vào ngưỡng cửa Niết Bàn, thệ nguyện trở lại trần gian một lần và có lẽ vạn lần nữa, để đi từng bước khổ cùng với sinh linh, đi và cứu độ chúng sanh thoát khỏi mọi ràng buộc luân hồi. Bồ Tát khi thành tựu giác ngộ giải thoát, có nghĩa đã đạt được mục đích cao nhất của thân phận làm người: tự do. Nhưng tự do nhất mà cũng phi lý nhất chính là lúc từ chối tự do của mình để trở lại cõi trần, nhận lãnh trách nhiệm sống tù đày trong cõi thế, cũng chỉ vì một lý do duy nhất chứ không vì một ràng buộc ngoại lai nào: xảy ra như một trực kiến trong tâm: TÌNH THƯƠNG NGUYÊN ỦY đối loài người. Tình ấy chỉ xảy ra trong tự do, không nhân danh một đấng siêu việt nào.

Cũng như Simone Weil từ chối bước vào Giáo hội, ngưỡng cửa của Thiên đường hữu hạn, mặc dù mang trong mình khả thế bước vào, để ở lại thực hiện tình yêu đích thực trong hỏa ngục vô biên, tình yêu trong tự do yêu thương, không nhân danh một tình yêu nào dù là tình yêu Thượng đế: "Không phải vì Thượng đế yêu ta mà ta yêu Thượng đế mà vì Thượng đế yêu chúng ta nên chúng ta yêu chúng ta" như Weil đã khẳng định tính tại thế của tình yêu, bao lâu con người ở cõi trần ai.

"Dù bị đau đớn quần quại, tôi vẫn tha thiết yêu thương trần gian điên dại này" như Phùng Thăng đã dẫn lời của tác giả "Câu chuyện của dòng sông" H. Hesse, bản dịch văn chương tuyệt tác của Hesse dưới ngọn bút tài hoa của Phùng Khánh và Phùng Thăng.

Trên bình diện hiện tượng học, cái nhìn trực quan "Yêu" vẫn còn nằm trong phạm vi nội hàm yếu tính (Wesen), không thuộc vào thể tính (Sein), nhưng nó lại là một yếu tính hầu như làm nên thể tính, đổ đầy hiện hữu của con người. Tình yêu (tha thiết yêu thương trần gian điên dại này) làm nên ý nghĩa của hiện sinh con người trên trần thế trong phận người không có quyền định đoạt trước sự hiện hữu của chính nó trên thế gian. Biết "yêu" tha thiết là lên tiếng trả lời với định mệnh đang trói buộc tôi rằng tôi hiện hữu. Ý chí yêu cuộc sống trả lại quyền tự do tự chủ của con người và với tự do, con người từ đó có thể mang trách nhiệm biến đổi đời người.

Lộ trình tư duy của Phùng Thăng bao gồm cuộc đối thoại đông tây đã được chính PT điều khiển với ngọn bút của một trí tuệ tự chủ, sung mãn trực giác thiên tài. Trả lời những vấn nạn ngay chính trên quê hương về truyền thống triết lý Á đông đang bị lung lay bởi ảnh hưởng trào lưu phương Tây, nhất là với triết lý hiện sinh đang ồn ào trỗi dậy, những vấn nạn về triết lý đạo Phật trong tương quan với Thiền học hay khuynh hướng thời thượng chối bỏ truyền thống, rập mẫu chạy theo Tây phương, thêm vào đó sự vô vọng mất niềm tin trong chiến tranh của nhiều thế hệ, Phùng Thăng mẫn cảm và tinh tế chọn món ăn tinh thần từ chính phương Tây khi nói về Thiền học. Alan Watt, Hesse, Sailinger, Weil đều là những nhà tư tưởng, văn hào lỗi lạc có ảnh hưởng lớn trên văn đàn thế giới. Muốn biết mình là ai có lẽ một trong những bước đầu là nên biết người khác nói về mình như thế nào để đừng vội vàng chối bỏ mình, đồng thời từ góc nhìn khác ấy, có được nhận thức đúng đắn về mình và từ đó sửa mình. Ý thức rõ mọi tri kiến cần có nền tảng triết lý như là điều kiện khách quan khoa học, Phùng Thăng chọn giới thiệu những tác phẩm văn chương tiêu biểu liên quan đến triết học hiện sinh của J. P. Sartre, trong đó Phùng Thăng nhấn mạnh tương quan nền tảng của hiện tượng luận, thật rất đắc:

"Với phương pháp mô tả theo hiện tượng học, nền văn nghệ thời mới đã thực hiện được cuộc hôn phối toàn bích với khoa triết lý. Trong số những triết gia ở trên đỉnh cao của thời hiện đại, Sartre là hình ảnh biểu trưng toàn vẹn lối quả quyết trên, nhờ vào thiên tài văn nghệ và sức sáng tác phong phú của ông..." (Phùng Thăng, Lời giới thiệu dịch phẩm Buồn Nôn của J. P. Sartre)

"Thật rất đắc" ở chỗ qua sự giới thiệu tác phẩm này, một cuộc gặp gỡ lương duyên khác hầu như đã xảy ra trên lộ trình tư tưởng của người giới thiệu: cuộc gặp gỡ Đông - Tây giữa hiện tượng luận và phương pháp quán tưởng của Phật học, đặc biệt của phái Yogacara và Thiền môn. Nếu "Epoche" là phương pháp giải lược (Reduktion) hiện tượng của hiện tượng học, đóng ngoặc các hiện tượng ngẫu nhiên, để hướng đến trực quan ý thức nhìn thẳng vào sự vật, khai ngộ được yếu tính của sự vật, thì Sartre còn đi xa hơn nữa, mô tả hiện tượng luận của ông "nhằm xoáy sâu cái nhìn xuyên thủng qua những lần vỏ ngoài bao bọc, để đạt đến tri kiến đích thực về bản chất của thực tại. Tri kiến ấy là tri kiến của hiện tính (existence). Sự vật hiện hữu." (Phùng Thăng, Buồn Nôn, đã dẫn) như Phùng Thăng nhận định:

Với Buồn Nôn, Sartre "muốn đưa ta chạm mặt thực sự với một trực giác nguyên ủy, làm trung tâm điểm cho nền hiện sinh vô thần của ông: trực giác về sự hiện hữu của sự vật." (Phùng Thăng, Buồn Nôn, giới thiệu).

Từ trình bày hiện tượng luận của Sartre về trực giác hiện hữu sự vật, từ phương pháp giải lược hiện tượng của Husserl, vẫn trên lộ trình tư tưởng của Phùng Thăng, chúng ta có thể hiểu rõ hơn phương pháp quán tưởng của Phật giáo và Thiền học trong nỗ lực từng bước giải thể ảo tưởng mê mờ, đạt được chánh tri kiến về bản chất của sự vật "như sự vật là". Còn xa hơn Husserl, Sartre, Heidegger trong thiết lập trực giác hiện hữu, nhấn mạnh vai trò của ý thức con người trong tương quan với thể tính (Être), Phật học và Thiền học giúp ta khải ngộ "tính không", "vô ngã", để phá vỡ mọi nhị nguyên mà ngôn ngữ hiện tượng luận hay chủ nghĩa hiện sinh vẫn còn ràng buộc, che giấu hoặc tái tạo lại ở ngõ sau.

"Wesenschau" của Husserl, hay tri kiến trực quan vẫn còn ở bên bờ của "Wesen", của yếu tính chứ chưa qua bờ bên kia của "hiện sinh" (Être) và Kant vẫn có lý khi cho rằng giữa yếu tính và thể tính là hố thẳm khó vượt qua. Bởi lẽ cái nhìn trực quan vẫn dừng lại ở "Wesen" nội tại trong lúc siêu việt vẫn không ló dạng. Cần một cú nhảy để qua bờ bên kia. Thiền sư Huệ Năng đã thực hiện cú nhảy ấy: "Bản lai vô nhất vật... đó là điều Lục tổ Huệ Năng giác ngộ... "vật là những hạn từ chứ không phải những thực thể. Chúng hiện hữu trong thế giới trừu tượng của tư tưởng, chứ không phải trong thế giới cụ thể của thiên nhiên. Bởi đấy, người nào đã liễu ngộ thật sự điều ấy thì sẽ không còn tự quan niệm mình như một Ego (ngã), ngã của người đó là cái "nhân vật" xã hội của họ, một toàn bộ khá độc đoán của kinh nghiệm và những cảm giác mà người ta đã dạy họ tự đồng hóa với nó. Đã hiểu được thế, người ấy vẫn giữ vai trò xã hội của mình nhưng không còn là tù nhân của vai trò mới, hay đóng giữ vai trò của một người không có vai trò nào cả." (Alan Watts, Thiền Beat, Thiền square và Thiền hay Thiền nổi loạn và Thiền bảo thủ, Phùng Thăng dịch)

Đây không còn là lý thuyết suông hay nhân danh ngụy tạo, bởi vì trực quan về vô ngã và tính không của mọi hiện tượng đến từ trải nghiệm khổ mà con người muôn kiếp trải qua trong vòng sinh tử. Phật giáo cho rằng Khổ hay Tính Không (có nghĩa vô thường, vô ngã) như kinh nghiệm sống trong dòng biến đổi hé mở cho ta thấy được chân trời siêu việt, khả thể của thế giới nhân loại đồng thể. Chính nơi chân trời của khổ đế, tình thương mới được cảm nhận thực sự.

Cũng như giữa những người khốn cùng, S. Weil chứng thực rằng, chính trong khổ tận, con người cảm nhận được hiện diện của tình yêu. Trong một ghi chú về những kinh nghiệm siêu nhiên đã trải qua, S. Weil thú nhận đã chứng ngộ Hư Vô như trung tâm điểm của vũ trụ, trong sự trống rỗng vắng bóng tất cả mọi yếu tính nội hàm, tình yêu được cảm nhận như sự có mặt của đấng siêu nhiên hay Thượng đế... "Thượng đế nằm chính trong hư vô toàn hảo" và "yêu chân lý có nghĩa chịu đựng sự trống vắng của hư vô và sau đó chấp nhận cái chết".

Sự khủng hoảng của triết học Tây phương, duy vật hay duy lý, trong đó có cả hiện tượng luận của Husserl, triết học hiện sinh của Heidegger, nằm ở sự trống vắng nền tảng TÌNH YÊU đích thực như một hệ luận của giác ngộ về thể tính của vạn vật, cho nên hành trình tư duy Tây phương vẫn còn mãi lận đận trong hư danh, ảo tưởng, không tìm thấy được sự bình an cho tâm hồn. Một Trần Đức Thảo giỏi giang có thể đọc suốt nghìn thiên hiện tượng luận của Husserl, có thể phê phán cả hệ thống triết học hiện sinh, thấu triệt biện chứng duy vật, nhưng lại rơi vào cạm bẫy của chủ nghĩa nhân danh tình yêu, suốt đời khắc khoải.

Có lẽ vì ông quên trở về với Nguyễn Du như Phùng Thăng đã về và đã hiểu. Hiểu Nguyễn Du có nghĩa: "Ai đã từng sống vô biên trong khổ đau cũng như trong hoan lạc; từng trải qua những ngày lạnh và những đêm hoang vu? Đừng khóc Tố Như vì người sẽ cười trên nước mắt "khéo dư" ấy. Nhưng hãy đọc một nghìn lần kinh Kim Cang rồi đọc lại Nguyễn Du và khi ấy nếu thấy lệ trào lên mi, hãy để cho nó thầm lặng chảy."

Giọt lệ thầm lặng ấy khóc mà thành thơi, tự do khóc vì yêu

thương chân thực, không còn đắng cay độc địa của hận ghét, khi thấu suốt kinh Kim Cang mà chính Nguyễn Du đã nghìn lần đọc.

Cho nên Phùng Thăng cùng với Phùng Khánh đứng về phía TÌNH YÊU trong ánh sáng của kinh Kim Cang và nếu ai có cười tôi thô lậu vì chữ "tình yêu" ấy thì cứ cười "khéo dư" với những nhân danh tình yêu. Bởi vì đã có một nhà thơ khác, sau 200 năm, Bùi Giáng đã khóc cười với Phùng Khánh và Phùng Thăng:

Mẹ về bảo nhỏ con thôi
Đừng đeo đai nghiệp suốt đời lầm than
(Thơ Bùi Giáng, Thích Phùng Khánh ca)

MẸ TỪ BI có thể là một chữ khác cho TÌNH YÊU ĐƯỢC NÓI, bao la vô cùng. Lộ trình tư tưởng TÌNH YÊU của Phùng Thăng, dù cuộc đời chị ngắn ngủi, nhưng dài vô tận và rộng vô cùng, cuộc đi như một hành trình tiếp sức, Phùng Khánh đã lên đường từ đó thực hiện hạnh nguyện Bồ Tát độ tận chúng sinh. Nụ cười trong suốt của Ni sư Trí Hải là thực chứng của những "giọt nước mắt thầm lặng rơi" trong tình thương vô hạn, nối tiếp Nguyễn Du, Phùng Thăng, Bùi Giáng cùng vô lượng chúng sinh. Các vị có chết đâu mà vẫn hiện diện trong tâm tư của con người:

"Chúng ta cũng chỉ là những làn sóng trên đại dương và vũ trụ. Hơi thở vào của mỗi người là hơi thở ra của người khác và của cây cối, mọi sinh vật khác. Trong ta có toàn thể mọi người, mọi sự."
(Thích Nữ Trí Hải, Cảm Hứng Từ Những Pháp Thoại Osho).

DỊCH GIẢ THÍCH NỮ TRÍ HẢI

NHÀ BÁO VIÊN LINH

Có một điều gì đó ngoài ý muốn xảy ra mỗi khi người viết bài này sửa soạn viết về nhà văn nữ, dịch giả uy tín của Miền Nam những năm '60 - '70, Cô Phùng Khánh hay Ni Sư Thích Nữ Trí Hải. Có khi bỏ qua vì nghĩ rằng tài liệu thu góp chưa đủ, cách đây một tuần thì nghĩ rằng tài liệu đã kha khá, bèn bày cả lên bàn, rồi khi ngồi xuống giữa đêm khuya, tìm hơn ba tiếng đồng hồ, không thấy ba tài liệu cốt cán đâu mất. Nhưng dù tìm không ra, cũng vẫn viết vậy, vì chỉ còn vài ba ngày nữa là đúng ngày 7 tháng 12, (*14 tháng 11 năm Quý Mùi*), tròn mười năm viên tịch của dịch giả mà tên tuổi vừa xuất hiện đã gắn liền với văn học, từ *Câu Chuyện Dòng Sông* tới *Bắt Trẻ Đồng Xanh*, từ Hermann Hesse tới J. D. Salinger.

(Hòa thượng Mãn Giác viết: "*Sống ở Hoa Kỳ những năm đầu '60 với cõi lòng ẩn mật rất Huế, khi về Việt Nam, Cô [Phùng Khánh] đã ra mắt với người đọc quê hương hai bản dịch nổi tiếng [...] mà không lâu sau đó người đọc đều đã nhận ra gương mặt tuyệt vời của một dịch giả vừa uyên bác cẩn trọng, vừa trong sáng nghiêm túc. Mãi cho tới mấy chục năm sau, Cô vẫn giữ vị trí của người chuyển ngữ tài hoa nhất.*" (Huyền Không-Thích Mãn Giác, Hạt Bụi Theo Về). Riêng Trí Hải sau này có dịp nói ra quan niệm của mình về dịch thuật: "*Dịch là phản, nhưng đồng thời dịch cũng là tái tạo.*" (Thích nữ Trí Hải, Tâm Bất Sinh, dịch Ngữ Lục Bankei, Thanh Văn, 1997)

Nó trải khắp quá khứ hiện tại,
Bao trùm vũ trụ
Nhìn không thấy
Nhưng gọi nó sẽ trả lời
Một cây đàn không dây
Bản nhạc vô thanh
Không liên can gì đến tăng hay tục.

(Thiền sư Bankei - Trí Hải dịch, "Chỉ giáo cho một nhà nho", trong Tâm Bất Sinh.)

Cách xưng hô trong bài này hơi phức tạp, từ những năm cuối thập niên '60 chúng tôi quen gọi là cô Phùng Khánh, vì tới năm 1964 cô mới xuống tóc quy y. Bùi Giáng hay nhắc tới cô trong thơ. Nhiều lần tới Viện Đại Học Vạn Hạnh thăm Tuệ Sỹ, Chơn Pháp, dăm ba lần thấy cô Quản thủ ở trong Thư Viện, song tôi không có dịp vào tiếp xúc. Lúc ấy em tôi Chơn Pháp Nguyễn Hữu Hiệu là Trưởng ban Tu thư của Viện, có lần nói cho tôi hay Cô Trí Hải hỏi "Viên Linh là em hay là anh của Chơn Pháp?" Tôi không ngạc nhiên vì câu hỏi ấy đã nghe nhiều người hỏi.

Phùng Khánh dịch nhiều hơn sáng tác, dịch giả đúng hơn là tác giả, nhưng văn xuôi của tác giả thì cuồn cuộn như thác nước, nhất là văn kể truyện, và nhất là trong tập san văn hóa *Tuệ Uyển* do cô sáng lập, điều hành từ 1994 ở Sài Gòn, ra tới năm thứ chín thì con thiên nga đầu đàn bay về cõi Phật. Có thể nói *Tuệ Uyển* là tập san mà chủ nhiệm chủ bút viết từ đầu tới cuối, từ "Lời Đầu Quyển" cho tới "Kho Tàng Nguyên Thủy" (dịch kinh), "Phật Pháp Song Ngữ" và nhất là ký sự "Những Chuyến Đi," đều do một người dịch, giảng, và kể. Trong bài "*Đàm Hoa Lạc Khứ,*" đặc biệt viết về

Huế, Huế của riêng mình, mà Huế là tất cả của Công Tằng Tôn Nữ Phùng Khánh:

"Mỗi lần đi Huế lòng tôi lại nôn nao khôn tả. Huế là đạo, là thơ, là nghĩa tình ý vị, là tinh hoa văn hóa của ba miền đất Việt, nhưng cũng là mảnh đất khô cằn của đói nghèo khốn khổ *"mùa đông thiếu áo mùa hè thiếu cơm"* đã hứng chịu nhiều thiên tai nhân họa... Tôi không thể nào quên được cái cảm giác lâng lâng khó tả khi viếng tháp tổ Liễu Quán. Phải đi một mình mới thấy được, nghe được tất cả cái linh thiêng. Mình như nghe được cả cái im lặng tĩnh mịch ở đấy, tiếng của vô thanh *(la voix du silence)* ngân vang trong hồn và khắp vũ trụ, và khi ấy dường như không còn cái gì gọi là "mình" được nữa vì mình đã tan loãng ra, hòa với thời không vô tận." (Trí Hải, Đàm Hoa Lạc Khứ, Tuệ Uyển số 29, tr. 63).

Tả về Huế nói về Huế thì có cả trăm bài, riêng bài của Trí Hải, lạ thay, cô có thái độ không còn mình khi nói về Huế "dường như không còn cái gì gọi là 'mình' được nữa." Nhưng sao quyết liệt thay, Trí Hải viết rõ ràng "yêu Huế là muốn chết với Huế": *và khi ấy mình đã tan loãng ra, hòa với thời không vô tận. Giá mà cái báo thân này được xả bỏ trong giây phút ấy thì rất tuyệt vời, như giọt nước tan hòa vào biển cả và thế nhập làm một với đại dương."*

Suy nghĩ sâu sắc, đọc càng sâu sắc, đúng hơn: đọc thơ văn người mà vừa đọc vừa sáng tác theo tư tưởng vận hành của mình. Hòa thượng Thiện Siêu có một bài kệ cảm ứng trong mộng như sau:
Phật biết Phật không,
Tâm biết tâm không,
Khi Phật chuyển thân
Tâm biết Phật không.

Trí Hải viết: "Và khi nằm trên xe lửa về Huế lần này, tôi đã nghiệm ra ý nghĩa bài kệ ấy. Hai chữ Phật và Tâm trong bài kệ có

thể thay bằng Sóng với Nước:
Sóng biết Sóng không
Nước biết Nước không
Khi Sóng chuyển thân
Nước biết Sóng không.

Hay Sắc với Không, Thân với Tâm:
Thân biết Thân không
Tâm biết Tâm không
Khi Thân chuyển thân
Tâm biết Thân không.

Trí Hải viết thêm nhiều giải thích khác như Tướng với Tánh, hoặc Hiện tượng với Bản thể, và giải thích:

"Chữ Không trong bài kệ phải hiểu là *'không có thực chất, chỉ tùy theo các duyên hay điều kiện mà có ra.'* Phật là Không, vì như Kinh Pháp Hoa dạy: chư Phật, các đấng tôn quý trong loài hai chân - biết rằng các pháp vốn không có tính chất quyết định. Hạt giống là do các điều kiện phát sinh, do vậy ta chỉ có một cỗ xe duy nhất là con đường thành Phật. Tâm như hồ lặng, Phật như vừng trăng phản chiếu trong gương nước. Khi Phật chuyển thân thì cũng như khi vừng trăng đã luồn qua một đám mây nên không còn in bóng trong gương hồ." (nt).

Công Tằng Tôn Nữ Phùng Khánh, pháp hiệu Trí Hải, sinh ngày 9.3.1938 Mậu Dần tại Vỹ Dạ, Huế, nguyên quán Gia Miêu Thanh Hóa, khi còn là thai nhi đã được quy y tam bảo bởi Hòa thượng Thích Tịnh Khiết, sau này là đệ nhất Tăng thống Phật Giáo Việt Nam. Cô đậu Tú tài năm 17 tuổi, tốt nghiệp Sư phạm và dạy học tại trường Phan Chu Trinh, Đà Nẵng.

Khoảng 1959 lớp bạn hữu văn nghệ chúng tôi ở Sài Gòn vừa vào tuổi hai mươi, cũng là tuổi một vài người trong bọn lập gia đình. Ba người bạn quanh tôi thời đó đều lấy vợ Huế, hai trong số đó quen biết chị em họ Phùng. Họ cho tôi biết hai cô thuộc dòng dõi Tuy Lý Vương, sống và lớn lên trong cung điện, quanh quấn với đền đài, miếu mạo của kinh thành nhà Nguyễn. Hòa thượng Mãn Giác thì sau này viết *"Phùng Khánh... gia đình quý phái và thâm nghiêm bên bờ sông Hương."* Những hình ảnh thanh thoát và thâm nghiêm ấy một cách vô tình đã lan vào dăm vần thơ lục bát:

thôi cồn với tháp bao la
ngựa đi bước nhỏ mây là cửa Ô
mai quen với dạ bơ thờ
đã nghe lãng đãng sương mù nhớ nhau
thôi còn giấc ngủ đêm thâu
một hành lang rộng vây sầu phượng liên.

(Viên Linh, Bài phượng lên, Hiện Đại 2, 5.1960)

Cồn, tháp, người trên ngựa ra đi, kẻ ở lại trong hành lang bao la, những hình ảnh ấy là hình ảnh của hoàng cung tưởng tượng từ chuyện nghe kể, thực tế mãi ba bốn năm sau tác giả bài thơ mới đặt chân tới Huế.

Tôi nghe tên Trí Hải nhiều hơn từ khi cô về nước năm 1963, trông coi Thư viện Đại học Vạn Hạnh. Từ đó qua bạn hữu, được nghe biết về sinh hoạt của cô, nhất là khi cô quy y. Năm 1970 thọ Bồ tát giới tại đại trai đàn Vinh Gia, sau đó giảng dạy tại các trường Cao đẳng và Đại học.

Chuyện quy y của một thiếu nữ con nhà dân dã vốn là một đề tài khiến người ta tò mò, không thiếu gì những cuốn tiểu thuyết hay tuồng tích cải lương mà vai chính mang tâm trạng *"hoa rơi cửa Phật,"* nhưng với Phùng Khánh, chuyện giản dị và cao viễn hơn. Cô đi tu như ý nguyện tự nhiên. Người thầy và cũng là người khuyến dụ Phùng Khánh đi tu, để trở thành Tâm Hỷ, Trí Hải, là Sư Bà Diệu Không (1905-1997) trụ trì chùa Tường Vân. Chính Trí Hải kể lại trong một bài thơ lời Sư Bà nói với mình thuở còn nhỏ: "Cái chi ta cũng dành cho mi Mà mi không chịu tu, mi chết."

Hai câu này nằm trong bài thơ sau đây:

CHÙA TƯỜNG VÂN

Chốn tổ Tường Vân bao kỷ niệm
Những ngày theo mẹ học ôn thi
Sớm khuya kinh kệ nương theo chúng
Bát nhã thuộc làu trước đại bi.

Đi dạo vườn chùa mô đất cao
Bốn mùa cây trái tốt xinh sao
Bồ quân khế ngọt cùng cam quýt
Tha hồ vơ vét đựng đầy bao.

Xuống đến chỗ ngồi dưới bóng cây
Thầy còn cho bánh quà đơm đầy
Mâm bổng dân cúng nơi bàn Phật
"Con hãy nhận quà của Phật đây."

Thầy lại trao cho Kinh Pháp Hoa
Bản kinh Việt dịch mới in ra
"Chứng minh Hòa thượng" câu để tặng
Thầy dạy con về ráng đọc qua.

Thầy bố thí quà ăn học thi
"Cái chi ta cũng dành cho mi
Mà mi không chịu tu, mi chết."
Nhớ mãi lời thầy dậy những khi.

02. 7.2003

Mai đây cuộc thế vô thường
Thầy là sao sáng soi đường con đi
Huyễn thân mộng trạch sá gì
Bước chân đồng tử trên kỳ tái lai.

1984

(Chép theo bản của Ninh Giang Thu Cúc, tập san Chánh Pháp.)

Người ta ít nhắc đến chuyện ni sư Trí Hải đã ở tù cộng sản trong hơn bốn năm vì những hoạt động liên hệ tới các Thượng tọa Trí Siêu Lê Mạnh Thát và Tuệ Sỹ Phạm Văn Thương. Hai ông này kẻ thì bị lên án tử hình, người thì bị chung thân rồi qua những phản đối của dư luận quốc tế, nhất là Hội Ân Xá và Văn Bút Việt Nam Hải Ngoại nằm trong Văn Bút Thế Giới, mấy bản án nặng nề ấy đã phải giảm dần, và thu ngắn.

Trong thời gian vừa tham gia các công tác cứu tế xã hội vừa dịch thuật, sáng tác, Trí Hải đã cho xuất bản các tác phẩm chính sau đây:

- Câu Chuyện Dòng Sông, dịch Hermann Hesse, Lá Bối, 1965.

- Con Đường Thoát Khổ, dịch W. Rahula, Ban Tu Thư Vạn Hạnh, 1966.

- Huyền Trang, Nhà Chiêm Bái và Học giả, Vạn Hạnh, 1966.

- Bắt Trẻ Đồng Xanh, dịch D. Salinger, Thanh Hiên 1967, Nhã Nam 2008.

- Gandhi Tự Truyện, dịch Gandhi, Võ Tánh, 1971.

- Câu Chuyện Triết Học, dịch cùng Bửu Đích, Will Durant, Viện Đại Học Vạn Hạnh.

- Thanh Tịnh Đạo, dịch B. Buddhaghosa.

- *Tư Tưởng Phật Học*, dịch W. Rahula, Vạn Hạnh, 1974.

- *Giải Thoát Trong Lòng Tay*, Thanh Văn xuất bản.

- *Đường Vào Nội Tâm*, dịch, 1993.

- *Tạng Thư Sống Chết*, dịch The Tibetan Book of Living and Dying của S. Rinpoche, 1996.

- *Ngọa Bệnh Ca*, thơ, Tuệ Dung xuất bản, 2003.

- *Tâm Bất Sinh*, dịch Bankei, Thanh Văn hải ngoại xuất bản, 1995, Hoa Đàm tái bản 2005.

- *Kinh Pháp Hoa*.

Người viết bài may mắn có một tập thơ nhan đề *Ngọa Bệnh Ca* do nhà văn Trí Hải sáng tác các tháng đầu năm 2003, khoảng 9 tháng trước khi "rời chiếc xe thế xác" trên đường lưu chuyển tự nguyện đi cứu tế xã hội, lúc từ Phan Thiết về Sài gòn, ở thế 66 năm. Tập thơ do ni sư Tuệ Dung dàn trang và in ra bằng máy vi tính, dày 250 trang, với non 200 bài thơ ngắn dài. Xin trích dẫn vài bài, chúng ta cùng đọc để tưởng niệm một nhà văn nữ, một nhà Phật học, một dịch giả trong sáng, tự nhiên và tài trí của Văn học Việt Nam:

SỐNG CHẾT

Sống trong hơi thở vào
Chết cùng với hơi ra
Ngày đêm liên tục chuyển
Kiếp số như hằng sa.

Hít vào, ta còn đó
Thở ra, đã hết ta
Ta hòa cùng với gió
Thành vũ trụ bao la.

Ta như làn sóng nhỏ
Giữa đại dương cuộc đời
Sóng có khi còn mất
Biển cả không đầy vơi.
(Trí Hải, Ngọa Bệnh Ca, tr. 23)

(*Khởi Hành số 207-208, March-April 2014*)

NI TRƯỞNG TRÍ HẢI: THIỀN PHÁP NGƯỜI GỖ

NGUYÊN GIÁC PHAN TẤN HẢI

Ni Trưởng Thích Nữ Trí Hải (1938 - 2003) đã để lại nhiều tác phẩm lớn, vừa có giá trị Phật học, vừa có giá trị văn học. Một tác phẩm trong những tháng cuối của cuộc đời Ni Trưởng là tập thơ Ngọa Bệnh Ca, được sáng tác trong thời gian nằm bệnh vào đầu năm 2003. Rồi cuối năm 2003, Ni Trưởng tử nạn trong một tai nạn giao thông. Bài viết này sẽ ghi lại những suy nghĩ về bài thơ "Người Gỗ" trong thi tập Ngọa Bệnh Ca của Ni Trưởng. Trong bài chỉ là các suy nghĩ rời, từ một người không có thẩm quyền nào, cả về Phật học và văn học.

Khi còn là học trò, người viết đã say mê đọc một số tác phẩm của Ni Trưởng. Trong đó, ưa thích nhất là hai bản dịch "Câu Chuyện Dòng Sông" và "Bắt Trẻ Đồng Xanh." Về sau, có cơ duyên đọc bản Anh văn "The Catcher in the Rye" của Jerome David Salinger, bấy giờ lại càng khâm phục Ni Trưởng Thích Nữ Trí Hải. Ngay nhan đề đã rất mực thơ mộng, Bắt Trẻ Đồng Xanh. Tới khi mở ra đọc vài trang tiếng Anh là tự biết rằng bản thân mình không thể nào dịch sang tiếng Việt xuất sắc như Ni Trưởng đã dịch.

Trong khi đó, bài thơ "Người Gỗ" do Ni Trưởng viết cuối đời lại mở ra một chân trời khác. Từng chữ trong thơ Ni Trưởng hệt như cánh chim bay trên trời cao. Không dễ gì dò nổi, không dễ gì thấy được những dấu tích, không dễ gì chỉ ra nổi đường bay của ý thơ Ni Trưởng. Bài thơ rất dị thường, như dường đi nghịch với cả một thế giới Phật học của những năm đầu thế kỷ 21.

Trong khi khuynh hướng của hầu hết các bậc Trưởng lão và Thiền sư đều khuyến tấn giữ chánh niệm tỉnh giác để qua bờ giải thoát, trong khi các bác sĩ trong các bệnh viện hồi phục chấn thương khuyến tấn giữ tỉnh giác chánh niệm để tự chữa trị các bệnh thân tâm cõi này... và trong khi sách trên kệ từ đạo tới đời đều liên tục viết về Tỉnh thức, về Mindfulness, về Bây giờ và Ở đây, về đi vào thực tại, về quán niệm, về thiền tập để thi đâu đậu đó, về vân vân... Ni Trưởng trong bài thơ này lại tự nhìn như một "thây chết diệu kỳ" (có khác gì với thây chết không diệu kỳ?), tự kể là biết ăn, biết ngủ, biết đi nhưng lại "không tư tưởng gì" (ăn gì, ngủ ra sao, đi tới hay lui hay ngang hay dọc... mà sao lại không tư tưởng, sao lại vô niệm?), và hình ảnh thây chết là hình ảnh lìa cả thời gian và không gian, vì không còn chi phối của sắc thọ tưởng hành thức. Bài thơ cũng không nói gì về Khổ Đế, cũng không nói gì về con đường giải thoát, như Bát Chánh Đạo hay Tứ Niệm Xứ hay Chỉ Quán hay là chuyện Bờ Này với Bờ Kia; vì thây chết là vượt qua tất cả những gì còn sinh động trong ba cõi. Thế mới dị thường.

Ni Trưởng tự xem như người gỗ, nhưng biết ngắm cảnh đẹp của hoa, của hồ, của trăng, của núi đá... Và rồi Ni Trưởng nói rằng đã thưởng thức trọn cái tuyệt vời của vũ trụ này là khi "tâm bất động như thây chết biết đi." Hiển nhiên, dị thường là trong thế kỷ 21 mà không nói tới Tỉnh thức hay Chánh niệm hay Tỉnh Giác hay Đốn Ngộ hay Tánh Biết hay vân vân... thế rồi còn dị thường hơn nữa, là khi Ni Trưởng chỉ ra tâm bất động chính là thưởng thức trọn. Dị thường là như thế.

Bài thơ này như sau.

Người Gỗ

Một thây chết diệu kỳ
Biết ăn và biết ngủ
Thỉnh thoảng lại biết đi
Nhưng không tư tưởng gì.

Như người gỗ ngắm hoa
Như hồ gương chiếu nguyệt
Đá núi cũng xếp hàng
Ngắm kỳ quan diễm tuyệt.

Lúc nào thưởng thức trọn
Vũ trụ nhiệm màu này
Chính lúc tâm bất động
Như thây chết biết đi.

Bài thơ đó được viết trong tư tưởng của Thiền Tổ Sư, nhưng thực sự tận cội nguồn vẫn là Thiền do Đức Phật dạy. Chúng ta có thể dẫn ra bài thơ của cư sĩ Bàng Uẩn (740-808) thời nhà Đường, bản phiên âm Hán Việt kèm dịch nghĩa (xin mời đọc rất chậm để đối chiếu với bài thơ trên của Ni Trưởng Trí Hải):

Đản tự vô tâm ư vạn vật
Hà phòng vạn vật thường vi nhiễu
Thiết ngưu bất phạ sư tử hống
Kháp tợ mộc nhân khán họa điểu
Mộc nhân bản thể tự vô tình
Họa điểu phùng nhân diệc bất kinh

Tâm cảnh như như chỉ giá thị
Hà lự Bồ-đề đạo bất thành.

Dịch nghĩa: Chỉ tự mình vô tâm cùng với vạn vật, sẽ không ngại gì vạn vật thường quấy nhiễu. Trâu sắt không sợ gì sư tử gầm rống, hệt như người gỗ xem chim vẽ. Người gỗ bản thể vốn tự vô tình, chim vẽ gặp người cũng không kinh sợ. Tâm cảnh như như cứ chỉ như thế, nào có sợ Đạo Bồ Đề không thành.

Chúng ta sẽ nhầm lẫn, nếu cho rằng Thiền pháp Người Gỗ hay Thiền Pháp Vô Tâm là sáng tác độc đáo của Thiền Trung Hoa hay Việt Nam. Đọc kỹ trong Kinh Tạng Pali, chúng ta có thể thấy rằng vào thời Đức Phật, Thiền pháp Người Gỗ hay Vô Tâm cũng đã được truyền dạy. Lời dạy rõ ràng nhất là trong thơ của Ngài Maha-Kaccana.

Trong Trưởng Lão Tăng Kệ Thag 8.1, nơi đây chúng ta dịch 2 đoạn cuối trong bài thơ của Ngài Maha-Kaccana, dựa vào các bản Anh dịch của Ven. Kiribathgoda Gnanananda Thero, Bhikkhu Sujato, và Việt dịch của Bhikkhu Indacanda (ngài Indacana gốc Việt):

Tất cả được nghe với tai, tất cả được thấy với mắt. Người trí hãy [kham nhẫn], đừng xua đẩy tất cả những gì được thấy và nghe.

Cho dù ngươi có mắt, hãy cứ như mù; cho dù ngươi có tai, hãy cứ như điếc; cho dù ngươi có trí tuệ, hãy cứ như ngu khờ; cho dù ngươi có sức mạnh, hãy cứ như yếu đuối. **Và khi có chuyện sinh khởi, hãy cứ nằm im như xác chết.**

Cần ghi nhận 2 bản Anh dịch của Bodhi và K.R. Norman có dòng cuối dịch theo nghĩa khác:

Rồi thì, khi đạt được mục tiêu, ngươi có thể nằm trên giường viên tịch.

Có lẽ cả 2 cách dịch đều đúng, vì chữ cổ thường đa nghĩa. Tuy nhiên, chúng ta thấy rằng nhìn toàn văn, cách dịch trên của Sujato (cũng như Gnanananda và Indacana) gần với ý Thiền Tông hơn. Bởi vì nói chuyện về phương pháp nhìn mà cứ như mù, nghe mà cứ như điếc, trí tuệ mà cứ như khờ dại, thì hẳn phải là, khi hữu sự sẽ vẫn cứ như nằm chết. Nghĩa là, không dính gì tới chuyện thành tựu của nhiều năm sau. Mà thái độ nằm như chết là chuyện của *bây giờ và ngay đây*.

Phương pháp đó (mù, câm, điếc, khờ dại, nằm chết...) gần như khác hẳn với các Thiền pháp khác do Đức Phật thường dạy (như niệm hơi thở, niệm thân bất tịnh, niệm giới, niệm thí, tứ niệm xứ, chỉ quán...). Bởi vì Thiền pháp Người Gỗ (mù, câm, điếc, khờ dại, nằm chết...) là một tỉnh thức về tịch diệt, về vắng lặng, về tâm bất động, về cảnh giới khi ba cõi không còn gì để sinh khởi, và về một tâm nơi không có gì để niệm.

Độc giả có thể tạm ngưng đọc vài phút, xin mời nằm (hay ngồi cũng được), rồi tự hình dung rằng mình đang như một người gỗ (mù, câm, điếc, khờ dại, nằm chết...), toàn thân từ sợi tóc tới móng chân đang từ từ trở thành xác chết, và rồi tới một lúc toàn thân chỉ còn là một sự tịch lặng, vắng lặng (trong khi tứ đại tan rã)... Một khoảnh khắc tịch lặng được như thế, sẽ là một khoảnh khắc an lạc, hạnh phúc. Xin nhìn kỹ, chính cái tâm đang tỉnh thức và đang cảm thọ niềm vui tịch lặng đó ngay nơi đó đã lìa tham sân si. Đó là tỉnh thức với vô niệm, không phải là ngăn niệm, nhưng là nơi lặng lẽ của người gỗ một cách tự nhiên khi "thân hành, khẩu hành, tâm hành" đều tịch lặng.

Đây mới thật là Thiền Tông, vì không còn gì để bấu víu, y hệt như chỗ cổ đức Trung Hoa nói rằng "hãy lên đứng nơi đầu sào trăm trượng, rồi bước thêm một bước." Nghĩa là, thêm một bước vào một cảnh giới, nơi tâm không còn dính gì với cái được thấy (tức là tâm như mù), không còn dính gì với cái được nghe (tức là tâm như điếc), không còn dính gì với cái được tư lường (tức là tâm như khờ dại)… nhẫn tới không còn dính gì tới việc làm trong ba cõi (tức là, tâm tự thấy mình nằm như xác chết).

Cần phải cảnh giác rằng Thiền không phải là chuyện ngăn chặn niệm, Thiền không phải là chuyện diệt trừ niệm. Thời xưa, có một vị tăng hỏi Vân Môn: "Khi không còn dấy niệm thì sao?" Ngài Vân Môn đáp: "Núi Tu di." Nghĩa là, tâm không dấy niệm chính là ngọn núi đè bẹp chúng ta vào cõi này, cứ mãi không thoát. Nhưng hiển nhiên là, tâm theo duyên để sinh khởi vô lượng niệm cũng là đẩy chúng ta tới vô lượng cảnh giới trong ba cõi, không lìa được khổ.

Đơn giản thế này: tất cả các Thiền pháp khác đều nhìn vào Niệm Sinh Khởi, lo chăn trâu để trâu không đi chệch vào ăn lúa mạ. Nhưng Thiền pháp Người Gỗ là nhìn vào Niệm Tịch Diệt, nghĩa là bất kể niệm nào khởi lên đều thấy được ngay từ chặng đầu, chặng giữa, và chặng cuối là nơi vắng lặng tịch diệt.

Tới đây, chúng ta có thể nhớ tới Khóa Hư Lục của Trần Thái Tông, trong phẩm Niêm Tụng Kệ, có ghi Công án thứ 29, trích (theo bản dịch của Thầy Thích Thanh Từ):

"29.- Cử: *Huyền Sa dạy chúng nói: Các bậc Lão túc khắp nơi đều bảo: "Tiếp vật lợi sanh." Chợt gặp ba hạng người bệnh lại, làm sao tiếp? Người bệnh mù, giơ chùy dựng phất họ chẳng thấy. Người bệnh điếc, nói năng tam-muội họ không nghe. Người bệnh câm, dạy họ nói, nói không được.*"

Công án đó là lời khen ngợi bậc thượng căn, vì nếu dạy theo đời thường, hẳn là sẽ làm hỏng họ. Như với người mù, người điếc như thế… họ như dường không thấy, như dường không nghe. Đối với người câm, dạy nói, họ không nói được. Đơn giản vì tất cả các pháp khi tới mắt, tới tai, và tới tâm của họ, tức khắc là trôi vào tịch diệt. Khi đó, lấy tướng gì mà thấy, lấy tướng gì mà nghe, lấy kiến gì mà nói năng nữa. Chỗ này chúng ta nhớ tới Kinh AN 3.16 dạy rằng, khi mắt thấy sắc, không nắm giữ tướng chung, không nắm giữ tướng riêng... khi tai nghe tiếng, không nắm giữ tướng chung, không nắm giữ tướng riêng... khi ý nhận thức các pháp, không nắm giữ tướng chung, không nắm giữ tướng riêng....

Chỗ này cũng nhớ tới Kinh Bahiya, khi Đức Phật dạy Ngài Bahiya rằng hãy để cái được thấy là cái được thấy, cái được nghe là cái được nghe... thì nơi đó đã lìa ba cõi.

Thây chết cũng là buông bỏ mắt tai mũi lưỡi thân ý. Thiền pháp Người Gỗ của Ni Trưởng cho chúng ta nhớ tới Kinh SN 35.24, nơi đây Đức Phật dạy hãy buông bỏ hết tất cả mắt tai mũi lưỡi thân ý. Nói "buông bỏ" là dịch theo Sujato và Bodhi. Bản dịch của Thầy Minh Châu là "đoạn tận" nghe mạnh hơn, cho thấy rõ ràng là thiền tư như xác chết.

Trích bản Việt dịch của Thầy Minh Châu như sau:

"Mắt, này các Tỷ-kheo, cần phải đoạn tận. Các sắc cần phải đoạn tận. Nhãn thức cần phải đoạn tận. Nhãn xúc cần phải đoạn tận. Do duyên nhãn xúc khởi lên cảm thọ gì, lạc, khổ, hay bất khổ bất lạc; cảm thọ ấy cần phải đoạn tận. Tai... Mũi... Lưỡi cần phải đoạn tận. Các vị cần phải đoạn tận. Thiệt thức cần phải đoạn tận, thiệt xúc cần phải đoạn tận. Do duyên thiệt xúc khởi lên cảm thọ gì, lạc, khổ, hay bất khổ bất lạc; cảm thọ ấy cần phải đoạn tận. Như vậy, này các Tỷ-kheo, là pháp đưa đến đoạn tận tất cả."

Hình ảnh thây chết trong thơ của Ni Trưởng Trí Hải cũng làm gợi nhớ tới luận thư Thanh Tịnh Đạo (Visuddhimagga) của ngài

Buddhaghosa, nói về 8 cách Thiền tập về sự chết, xin trích dịch như sau:

*"Thiền tư về sự chết như kẻ sát nhân, vì nó cướp đi mạng sống; thiền tư về sự chết như hủy diệt của thành công; thiền tư nó bằng cách so sánh với những người nổi tiếng, thấy rằng họ cũng phải chết, ngay cả những bậc giác ngộ; thiền tư trên thân mình như nơi ở của rất nhiều sâu bọ, cũng như là mục tiêu của nhiều vi trùng khác; thiền tư về sự khó khăn để giữ thân sinh tồn; thiền tư về nó như không gì lạ, vì chúng sinh chết không có thể tiên đoán được; thiền tư về sự ngắn ngủi của mạng người; thiền tư về sự kiện rằng, nói một cách chính đáng, **thọ mạng của một chúng sinh là một khoảnh khắc của thức, rằng chúng sinh chết đi trong từng khoảnh khắc**, phải nói là thế."*

Câu cuối của đoạn văn trên, trong tiếng Anh là: "…*the lifetime of a being is a single moment of consciousness, that one dies every moment…*" Nghĩa là, chúng ta sống và chết trong từng khoảnh khắc của thức. Từng khoảnh khắc, thức sinh rồi diệt. Trong khi rất nhiều Thiền pháp chú tâm đối trị với Niệm Sinh Khởi, Ni Trưởng Thích Nữ Trí Hải nêu lên Thiền pháp Người Gỗ để tỉnh thức nhìn vào nơi Niệm Tịch Diệt. Và tịch diệt là Niết Bàn, vì nơi đó là lìa tham sân si.

Nói về khoảnh khắc sát na sinh rồi sát na diệt, chúng ta có thể nhớ rằng trong Tạng Pali, Ngài Xá Lợi Phất (Sariputta) đã để lại bài kệ "Guhatthaka-suttaniddeso: Upon the Tip of a Needle" mô tả rằng tất cả các pháp trong ba cõi, cả thân tâm (sắc thọ tưởng hành thức) đều đang chảy xiết qua các khoảnh khắc thời gian, y như điểm tiếp giáp của một hạt mè rất nhỏ đặt lơ lửng trên đầu một mũi kim, và *"Những người đã sinh ra, đang đứng đây y hệt như một hạt mè lơ lửng trên đầu một mũi kim…"* Bất kỳ ai trải nghiệm sinh diệt sát na như thế, đều thấy trong pháp ấn vô thường, không có lời nào nói được thực tướng, vì nói gì cũng sai. Vì lời nói là sản phẩm quá khứ, nhưng thực tại là cái vô lượng đang chảy xiết, nơi đó không có hôm qua, không có ngày mai, trong khi cái hiện tại là bất khả đắc. Khi thấy vô thường chảy xiết qua thân tâm như thế, sẽ không còn một kiến nào khởi lên nữa, và đó là hình ảnh "người gỗ" hay "thây chết diệu kỳ" trong thơ của Ni Trưởng Trí Hải.

Như thế, tất cả các pháp mà chúng ta ngỡ là đang được thấy, đang được nghe, đang được cảm thọ… đang được tư lường… thực ra là do thức của chúng ta đã khoanh vùng một chuỗi sát na sinh diệt và đặt ý nghĩa cho chuỗi đó. Thấy như thế là thấy tất cả các pháp là duy thức.

Trong Kinh Pháp Bảo Đàn, nơi Phẩm 7 (Cơ Duyên), nơi Tổ Huệ Năng nói với Tăng Chí Đạo, trích theo bản dịch của Thầy Thanh Từ:

"Tổ quở: Ông là Thích tử sao lại tập theo ngoại đạo về đoạn kiến và thường kiến mà luận nghị về pháp Tối thượng thừa. Cứ theo lời ông nói, tức là ngoài Sắc thân riêng có Pháp thân, lìa sanh diệt để cầu tịch diệt, lại suy luận Niết-bàn thường lạc nói có thân thọ dụng, đây là chấp lẫn về sanh tử, đắm mê cái vui thế gian; nay ông nên biết, Phật vì tất cả người mê nhận thân năm uẩn hòa hợp làm thể tướng của mình, phân biệt tất cả pháp cho là tướng ngoại trần, ưa sanh, ghét chết, niệm niệm đổi dời, không biết là mộng huyễn hư giả, luống chịu luân hồi, lấy thường lạc Niết-bàn đổi thành tướng khổ, trọn ngày tìm cầu. Phật vì thương những người này, mới chỉ dạy Niết-bàn chân lạc, trong sát-na không có tướng sanh, trong sát-na không có tướng diệt, lại không có sanh diệt có thể diệt, ấy là tịch diệt hiện tiền. Chính ngay khi hiện tiền cũng không có cái lượng hiện tiền, mới gọi là thường lạc. Vui này không có người thọ, cũng không có người chẳng thọ, há có

tên một thể năm dụng, huống là lại nói Niết-bàn ngăn cấm các pháp khiến hằng chẳng sanh. Đây là ông chê Phật hủy pháp."

Không có tướng sanh, không có tướng diệt, không có sanh diệt có thể diệt... ngay khi hiện tiền cũng không có cái lượng hiện tiền... Đó chính là, theo cách Ni Trưởng Trí Hải viết trong bài thơ, rằng tâm như người gỗ, tâm như hồ gương, tâm như đá núi, và là tâm bất động, mới là thây chết diệu kỳ. Thấy mình như thây chết như thế, chính là sống với cái sát na tịch diệt, sống với cái vắng lặng bất khả tư lường. Và đó chính là Niết Bàn Tâm.

CÂU CHUYỆN DÒNG SÔNG
VÀ DỊCH GIẢ PHÙNG KHÁNH

GIÁO SƯ THÁI KIM LAN

Tôi gặp chị Phùng Khánh lần đầu tiên trong thập niên 60, không bằng hình hài, mà qua "Câu chuyện dòng sông" hay "Siddhartha" của H. Hesse, qua ngọn bút dịch thuật tài hoa của chị. Như một kẻ đầu đàn trong giới nữ lưu tiếp cận với văn hóa Tây phương, Phùng Khánh đã khám phá "Siddhartha" như một của báu và trao lại cho chúng tôi.

Từ đó không thể nào quên những giây phút lạ lùng giữa những cuốn hút của dòng văn, con mắt của chính mình đã hơn một lần choàng tỉnh nhận ra "của báu trong nhà tìm kiếm mãi" đang được một người ngoại cuộc nâng niu, rồi có một người trong cuộc trang trọng cho lại cho mình. Bỗng như một liên cảm, tuy chỉ văn kỳ thanh mà đã thấy tri ân chị Phùng Khánh xa lạ chưa quen. (trích điếu văn Thái Kim Lan tiễn Cố ni sư Thích nữ Trí Hải)

Tác phẩm dịch này được giới thiệu với tựa đề: "CÂU CHUYỆN CỦA DÒNG SÔNG", lần đầu tiên năm 1965 do nhà xuất bản Lá Bối ấn hành (ấn quán Sen Vàng, 243 Sư Vạn Hạnh - Cholon). Sau đó trước năm 1975 Câu chuyện của dòng sông ít nhất đã được tái bản 03 lần: Nhà xuất bản Lá Bối vào các năm 1965 và

1966; Nhà xuất bản An Tiêm vào năm 1967. Bìa và trang đầu của cuốn sách có ghi bản dịch của Phùng Khánh và Phùng Thăng.

Theo lời của chủ nhà xuất bản An Tiêm, anh Thanh Tuệ, khi tái bản vào những lần sau, tác phẩm này đã được đổi thành "CÂU CHUYỆN DÒNG SÔNG", vì nó gãy gọn và đẹp hơn (theo ý của chủ nhà xuất bản Lá Bối chứ không phải của dịch giả, nhưng dịch giả đã không phản đối) và từ đó mang tên "CÂU CHUYỆN DÒNG SÔNG". Người dịch chính là chị Phùng Khánh.

Dịch giả Phùng Khánh (1938 - 2003) tên thật là Công Tằng Tôn Nữ Phùng Khánh và dịch giả Phùng Thăng, Công Tằng Tôn Nữ Phùng Thăng là hai chị em ruột. Thân phụ của 2 dịch giả là cụ Nguyễn Phước Ưng Thiều, thuộc phủ Tuy Lý Vương (cụ Ưng Thiều là cháu nội của Tuy Lý Vương Nguyễn Phước Miên Trinh, con thứ 11 của vua Minh Mạng).

Cùng thế hệ (đồng tôn) với dịch giả Phùng Khánh có nhà văn Công Tằng Tôn Nữ Hỷ Khương (cùng chung ông cố nội Tuy Lý Vương Miên Trinh), Công Tằng Tôn Nữ Phương Anh (Chủ Bút Oklahoma Việt Báo - USA), nhà thơ Công Tằng Tôn Nữ Á Nam (phu nhân bác sĩ Hồ Đắc Duy)...

Dịch giả Phùng Thăng là bạn cùng lớp đệ nhất C tại trường Quốc Học của Thái Kim Lan. Phùng Thăng hay bính tóc thành hai con rít hai bên, dáng cao gầy thanh thoát trong áo dài, gương mặt đẹp thanh tú như một tiên cô, rất ít nói, học rất giỏi, nhất là môn triết và văn chương. Tôi còn nhớ, đã giật mình khi nghe bài luận văn về triết học Đông phương của chị và đã thầm nghĩ, "người ni thật là trí tuệ và tài hoa". Chị Phùng Thăng tỏ ra rất thông hiểu triết học Ấn độ làm cho kẻ thời ấy còn háo thắng theo phong trào triết học Tây phương là tôi ngạc nhiên và nể vì. Mãi về sau, trở về với triết học Đông phương và Phật giáo, tôi mới biết mình đã thua xa các chị về kiến thức Đông phương mà các chị đã thức thời đi trước. Chị Phùng Thăng tôi không gặp nữa từ năm 1965 khi tôi rời Việt nam du học.

Nhưng Ni sư Trí Hải (chị Phùng Khánh xuất gia năm 1964, nay được xưng tụng là Cố Ni sư trưởng) thì tôi đã được gặp lại nhiều lần, ngoài chuyện Phật sự từ thiện, một phần qua "Câu chuyện dòng sông", những dịp tôi về nước. Tôi xin ghi lại những lời của dịch giả cố ni sư trưởng về chuyện này.

Cuối năm 2001 trong dự án tuyển tập văn học Đức Việt do quỹ W. P. Schmitz-Stiftung tài trợ, chúng tôi quyết định chọn tác phẩm dịch "Câu chuyện dòng sông", nguyên tác "Siddhartha" của H. Hesse để giới thiệu văn học Đức. Suốt năm 2002 tôi có dịp liên lạc nhiều lần với cố Ni sư Trí Hải về dự án in lại tác phẩm dịch "Câu chuyện dòng sông" của Ni Sư.

Lần đầu khi nghe tôi ngỏ ý xin in lại tác phẩm dịch của Ni Sư trong tuyển tập, Ni sư cười rất tươi và với giọng nói rõ ràng, thanh sắc, Ni sư bảo: "Ui chao, quyển sách nớ người ta in biết bao nhiêu lần, sau 75, họ in xung quanh mình mà chẳng có ai đến hỏi hay gửi cho mình một cuốn, hình như chỉ có anh chị đó ở Huế (có lẽ là Đặng Ngọc Phú Hòa) có gửi chút tiền vô cúng thiền viện Tuệ Uyển".

Khi nghe tôi dè dặt thưa với ni sư cần hiệu đính vài chỗ trong bản dịch. Cố ni sư đã mau mắn nói ngay: "Chị Kim Lan cứ bổ túc đi. Bây giờ thì "Câu chuyện dòng sông" là của thiên hạ rồi! Nhưng bổ túc từ bản tiếng Đức thì tốt lắm, tôi tiếc không đọc được nguyên bản tiếng Đức, chị đọc được chắc là hay hơn bản tiếng Anh nhiều, thế thì hạnh phúc lắm, nhưng tui cũng có học tiếng Đức đó nghe, mà cũng hiểu sơ sơ!"

Tôi hiểu câu nói của Ni Sư "Câu chuyện dòng sông là của thiên hạ" trong ý từ bi rộng mở của một vị SƯ, còn người trần như tôi thì biết rằng, tác phẩm này đã ghi dấu ấn sâu đậm cho cả những thế hệ 60, 70 chúng tôi, và bỗng cảm thấy hoài cổ cái thời hoành tráng "trở về con đường nội tâm" mà "Siddhartha" đã đi qua. Và quên sao được chị em Phùng Khánh Phùng Thăng nổi tiếng giỏi sinh ngữ và ngoại ngữ một thời ở Huế, ngay cả ngoại ngữ Đức mà chúng tôi theo học thời ấy ở Chi nhánh viện Goethe tại Huế bên cạnh trung tâm văn hoá Pháp ở đường Lê Lợi?

Lần thứ ba gặp cố Ni Sư, tôi đến để trao cho Ni Sư món tiền nhuận bút dịch thuật tác phẩm Siddhartha, Ni Sư lại cười và bảo: "Ui chao, chị Kim Lan biết không, đây là số tiền dịch thuật lần đầu tiên cho quyển sách này, mà e cũng là lần đầu tiên trong việc dịch thuật trong đời của tui. Tiền ni để in kinh dạy học cho các em. Thì cũng tại chị biết tui chị mới đến gặp và xin phép, chớ thiên hạ biết mình ở mô mà tìm đến, phải không, thôi miễn là người đọc vui là được rồi.

Người đọc vui là được!" nghe sao bình thường mà bao la. Cố Ni sư có tâm từ bi quảng đại và tài hoa cái thế. Bởi vì ngoài tác phẩm dịch đầu tay, tác giả Phùng Khánh và về sau, dưới Phật hiệu Thích nữ Trí Hải, đã để lại cho hậu thế những tinh hoa tư tưởng độ sinh quý báu.

Ngoài những hoạt động giáo dục, hoằng pháp -Nguyên Phó viện trưởng viện Nghiên cứu Phật học Việt Nam, Nguyên thư viện trưởng và Giám đốc An sinh xã hội viện Đại học Vạn Hạnh, Nguyên Giảng sư Học viện Phật giáo Việt Nam tại TP. Hồ Chí Minh.

- Trụ trì tịnh thất Tuệ Uyển Vạn Hạnh, Liên Hoa, Diệu Không,- Ni trưởng còn dành nhiều thì giờ cho việc phiên dịch, biên soạn và in ấn kinh điển để giúp Tăng Ni, Phật tử có thêm tài liệu nghiên cứu học tập, mà tổng số lên đến cả trăm tác phẩm. Đặc biệt nổi tiếng là những bản dịch: Câu chuyện dòng sông của Đại văn hào Hermann Hesse, Bắt trẻ đồng xanh của, Triết học Phật giáo, Gandhi tự truyện, Câu chuyện triết học, Thanh tịnh đạo luận, Thắng Man, Tạng thư Sống Chết, Giải thoát trong lòng tay. Ni trưởng còn trước tác một số tác phẩm khác mà quan trọng nhất là các bản Toát yếu Trung Bộ Kinh (3 tập) và những bài giảng về Phật học cho Ni chúng và Phật tử.

Mùa thu năm 2002, một năm trước ngày mất của dịch giả Phùng Khánh, tác phẩm "Câu chuyện dòng sông" do Phùng Khánh (và Phùng Thăng) dịch được tái xuất bản trong tuyển tập văn học Đức Việt, nhưng chưa được hiệu đính vì lý do thời gian gấp rút phải thực hiện in sách. Sách in song ngữ với lời giới thiệu tác giả Hermann Hesse và lời bạt về tác phẩm do giáo sư Winko và tôi đảm nhiệm, nhà xuất bản Đà Nẵng. Sách in ra phần nhiều được gửi tặng cho viện Goethe ở Hà nội, các thư viện và các đại học cũng như các trường cao đẳng Phật học tại Việt nam, đã rất hợp với ý của dịch giả tiên phong Phùng Khánh.

Tôi còn nhớ nụ cười tươi của Cố Ni sư khi nhìn thấy tác phẩm dịch của mình đã mấy mươi năm lênh đênh ngoài tầm tay, như người mẹ khoan dung tìm thấy đứa con. Quả thực không sai khi thi sĩ Bùi Giáng nhiều lần gọi cô là "mẹ", mẫu hậu, mẹ của nhà thơ và của muôn loài: "Mẹ còn nhớ nữa con chăng. Mẫu thân Phùng Khánh con hằng chẳng quên..." Mẫu thân Phùng Khánh tuyệt vời/ Chiều xuân thơ mộng dưới trời bước đi. (Thơ Điên).

Trong muôn một, chính nhà thơ nổi tiếng ngông cuồng này là người cảm nhận sâu xa nhất ý nghĩa "từ bi văn chương" mà dịch giả Phùng Khánh đã đem lại cho nhiều thế hệ trẻ. Với "Câu chuyện dòng sông", "Bắt trẻ đồng xanh", "Phùng Khánh thảnh thơi, nhẹ nhàng bắt trẻ đồng xanh với cái tâm không phân biệt. Nhưng ai chị cũng bắt, cũng cứu. Bồ Tát mà còn phân biệt thì đâu còn Bồ Tát nữa. Đối với chị ai cũng là trẻ đồng xanh, cần bắt trước khi họ rơi khỏi vách đá. Chúng sanh vô biên thệ nguyện độ" như Quán Như đã viết.

Thi sĩ Bùi Giáng cảm nhận mình là "con" trong sự che chở bao la của tâm văn học ấy - Mẹ về bảo nhỏ con thôi, đừng đeo đai nghiệp suốt đời lầm than (BG- Thích Phùng Khánh ca) - Chữ "con" của thi sĩ là hình ảnh đẹp nhất về sự "động tâm" đại từ bi của dịch giả Phùng Khánh trong cuộc đời và trong văn chương. Đọc văn dịch của Phùng Khánh và Phùng Thăng ta bắt gặp được ý nghĩa dịch là sinh, là sáng tạo thêm một lần vẻ đẹp của tư tưởng và văn chương.

Cho nên xin mượn "tình" thơ dại -- mẹ con - của nhà thơ để kết thúc:

"Con thương Phùng Khánh vô ngần
Phùng Thăng thân mẫu cũng gần như nhiên
Nguyệt rừng lộng lẫy man nhiên
Trăng ngàn thơ dại ngậm nghiêng nghiêng vành"

(trích tạp chí Liễu Quán -Huế)

Muốn an trú tâm Bồ đề, nghĩa là muốn phát sinh và phát triển tuệ giác như Phật thì phải thực hành Lục độ: Bố thí, Trì giới, Nhẫn nhục, Thiền định, Trí tuệ cho đến chỗ tuyệt cùng. Đây là nói về khía cạnh tích cực hành động, tất cả đều có một cách như thật "như thật bất không". Đồng thời trong khi hành động tích cực như vậy tâm không vướng mắc bất cứ cái gì, không thấy cái "tôi" Bố thí, Trì giới, Nhẫn nhục v,v… cũng không thấy có đối tượng là người kia được tôi bố thí, người kia nhục mạ tôi v.v… Đây là nói về khía cạnh tiêu cực trên phương diện nhận thức (tri) thì phải thấy không một cách tuyệt đối, hay "như thật không".

THÍCH NỮ TRÍ HẢI
trích Hàng Phục Kỳ Tâm,
trong Từ Nguồn Diệu Pháp

NI SƯ TRÍ HẢI
VÀ NGOẠ BỆNH CA

NHÀ VĂN VIÊN LINH

Tác giả Trí Hải dịch nhiều hơn sáng tác, dịch giả đúng hơn là tác giả, nhưng văn xuôi của tác giả thì cuồn cuộn như thác nước, nhất là văn kể truyện, và nhất là trong tập san văn hóa Tuệ Uyển do Ni trưởng (chữ HT Minh Châu gọi Trí Hải) sáng lập, điều hành từ 1994 ở Sài Gòn, ra tới năm thứ chín thì con thiên nga đầu đàn bay về cõi Niết Bàn. Có thể nói Tuệ Uyển là tập san mà chủ nhiệm, chủ bút viết từ đầu tới cuối, từ "Lời Đầu Quyển" cho tới "Kho Tàng Nguyên Thủy" (dịch kinh), "Phật Pháp Song Ngữ" và nhất là ký sự "Những Chuyến Đi," đều do một người dịch, giảng, và kể. Trong bài "Đàm Hoa Lạc Khứ," Trí Hải đặc biệt viết về Huế, Huế của riêng mình, mà Huế là tất cả của Công Tằng Tôn Nữ Phùng Khánh.

Công Tằng Tôn Nữ Phùng Khánh, pháp hiệu Trí Hải, dòng dõi Tuy Lý Vương, sinh ngày 8 tháng Ba, 1938 tại Vỹ Dạ, Huế, nguyên quán Gia Miêu Thanh Hóa, khi còn trong bụng mẹ đã được quy y Tam Bảo bởi Hòa thượng Thích Tịnh Khiết, sau này là đệ nhất Tăng Thống Phật Giáo Việt Nam. Cô đậu tú tài năm 17 tuổi, tốt nghiệp sư phạm và dạy học tại trường Phan Chu Trinh,

Đà Nẵng. Du học Hoa Kỳ, đậu cao học ngành thư viện, về nước năm 1963, quản thủ thư viện Viện Đại Học Vạn Hạnh. Năm 1970, thọ Bồ Tát Giới tại Đại trai đàn Vinh Gia, sau đó giảng dạy tại các trường cao đẳng và đại học. (1)

Người viết bài may mắn có một tập bản thảo thơ nhan đề Ngọa Bệnh Ca do Trí Hải sáng tác các tháng đầu năm 2003, khoảng 9 tháng trước khi xả thân trong một tai nạn lưu thông trên đường tự nguyện đi cứu tế xã hội, lúc từ Phan Thiết về Sài Gòn, ở thế 65 năm. Tập thơ bản thảo do Ni sư Tuệ Dung dàn trang và in ra bằng máy vi tính, dày 250 trang, với non 200 bài thơ ngắn dài.

Trong bản thảo Ngọa Bệnh Ca, có vài chục trang Trí Hải Phùng Khánh viết cho thân quyến hay viết về bà mẹ, về người cha, các anh các chị, bằng thơ hoặc ngũ ngôn hay bảy chữ, có thể coi như phần tự truyện – chỉ khác tự truyện thông thường là văn xuôi, ở đây mối thân tình ràng buộc đó, từ lúc ấu thời tới khi tự coi mình như "một người gỗ," nằm trên giường bệnh trước và trong đầu năm 2003 vì bệnh xương cốt trầm trọng – Trí Hải viết bằng văn vần. Nhiều chỗ, đoạn văn vần ấy trở thành một bài thơ hay.

Trí Hải có thời là quản thủ thư viện Đại học Vạn Hạnh, được Hòa Thượng Viện Trưởng Thích Minh Châu gọi là Ni trưởng.

Ni trưởng trong mấy năm cuối đời bị bệnh xương cốt, phải nằm yên một chỗ, thỉnh thoảng bị giật bắn người, đau đớn khôn tả xiết. Có lúc bà nghĩ: Hay hồi trước ta đã hạ dao chặt một con cá, nên bây giờ ta bị chặt quả báo như thế này? Riết rồi, coi mình như một người gỗ, bà chấp nhận những ngày tháng nằm trên cái giường xoay như những ngày tháng bình thường:

Phải chăng cá bị chặt
Hóa thân vào trong đây
Để cho ta nếm thử

Quả báo sát sinh này?
(Hỏi cột sống, Ngọa Bệnh Ca, 42)

Hãy biến ngay giường bệnh
Thành một chốn đạo tràng
Cho mọi người vui vẻ
Đất trời cũng ngát hương.
(Nhắn nhủ, NBC, 9)

Phùng Khánh mồ côi mẹ lúc 6 tuổi, ở với cha là ngự y trong triều vua Khải Định (trị vì 1916-1925). Gà trống nuôi con nên khi ông ngoại vào triều phải mang con gái theo, để cho rong chơi trong cung An Định, do đó được Hoàng Thái Hậu Đoan Huy dạy dỗ, tắm rửa cho. Mà lúc ấy Đoan Huy còn là một cung nữ, do đó bà mẹ Phùng Khánh coi cung khuyết như nhà riêng, chạy nhảy khắp ngõ ngách trong cung. Khi ở nhà, có thầy dạy riêng mà không tới trường học, vì một lần ở trường "vì biếng học," (chữ Phùng Khánh) bị thầy đánh cho một roi, nên không tới trường nữa.

Tới tuổi đôi mươi, bà mẹ được tuyển vào "làm dâu" phòng Tuy Lý Vương.

Theo Phùng Khánh, bà mẹ "suốt đời soi tâm theo sách "Minh Tâm Bửu Giám," để vàng cho con cháu không bằng truyền lại cho chúng nếp sống theo âm đức, gìn giữ thiện tâm, việc mình làm được thì dù có quyền cũng không nên sai phái kẻ khác, thọ ơn ai không được quên, gia ơn cho người không chờ được trả. Lúc nằm trên giường bệnh, nhớ lại lời mẹ dạy, dịch giả cuốn "Tạng Thư Sống Chết" tự nhủ với nếp sống ấy, Trí Hải cho biết mình đang yên bình "trên đường về bến đỗ." Còn người cha? Ông lúc nào cũng đọc sách văn chương kim cổ, sách Tây sách Tàu, giảng văn giọng sang sảng, "thân tại chốn hỏa binh và lòng Phùng tăng nơi chân không khách địa."

Trong phần thân quyến, Phùng Khánh tả từng người, tả các anh trước rồi đến các chị, anh Minh thay cha nuôi các em, anh Đích là cuốn từ điển bách khoa cái gì cũng biết, anh Đệ hiền từ; các chị thì có Khánh Trợ, Phùng Mai, bị chị Khánh la là "dại cách chi," bảo ngồi ngoài xe trông đồ để chị chạy vào chợ mua thêm một món cần, ra thấy mất mấy món đồ quý hỏi em thì Phùng Khánh chỉ vào trong chợ nói có một bà đến lấy đi vào trong chợ chỗ chị vào đó! Thế là bị bà chị than thở: "Đấy là kẻ ăn cắp, sao không la lên? Em quá dại cách chi!" Sau này nhắc đến, bà chị còn cười hoài, mà không trách cứ gì, chỉ thấy cô em bé khờ dại quá. Phùng Khánh cũng nhớ đến vài chuyện ăn trộm nữa, vì nhà ở gần sông, phía sau nhà có bến, nên kẻ trộm thường thừa cơ bơi thuyền qua xẹt vào lấy cái này cái kia mang xuống thuyền, mà bà chị cũng chỉ nói, "mấy thứ đó bán chẳng được bao nhiêu, chúng vơ vét càng hay, ta có dịp mua cái khác hay may đồ mới."

Ngọa Bệnh Ca dày đến 250 trang, không rõ đã được in thành sách chưa? Đó là tập thơ làm trên giường bệnh, và rất nhiều bài, nhiều đoạn nói về chuyện sinh tử. Nhân ngày kỵ giỗ Trí Hải (mất ngày 7 tháng 12 năm 2003 tại Phan Thiết) chúng ta hãy đọc một bài điển hình của người đã khuất:

Sống chết

Sống trong hơi thở vào
Chết cùng với hơi ra
Ngày đêm liên tục chuyến
Kiếp số như hằng sa
Hít vào, ta còn đó
Thở ra, đã hết ta
Ta hòa cùng với gió
Thành vũ trụ bao la

Ta như làn sóng nhỏ
Giữa đại dương cuộc đời
Sóng có khi còn mất
Biển cả không đầy vơi.
(NBC, trang 23)

Dec 7, 2016

NGỌA BỆNH CA

*Ghi lại những ngày nằm bệnh
từ 15/03/2003 đến 15/4/2003*

NGỌA BỆNH CA

*Buổi sáng nghe chim hót
Buổi chiều ngắm trăng lên
Đầy vườn hoa xuân nở
Nằm bệnh tâm an nhiên.
Dìu dịu áng mây lành
Vờn sau ngọn tre xanh
Hơi thở hòa trong gió
Mong manh mà mông mênh.
Giữ thân nằm bất động
Giữ cột sống thẳng hàng
Tâm bất sinh bất động
Giữa cõi đời thênh thang.
Nằm nghe niềm tĩnh lặn
Len dần vào cõi tâm
Không sanh nên bất diệt
Mê ngộ khỏi tra tầm.
Nhờ bệnh khởi tâm lành
Nhờ bệnh ngộ vô sinh*

Chỉ cần tâm không vương
Niết bàn vượt tử sinh.
Nhờ bệnh thấy vô thường
Thấy thân như đồ gốm
An nhiên tâm nhìn ngắm
Mọi cảnh sắc phù vân.

NHẮN NHỦ

Đây bao niềm thương mến
Xin gửi đến muôn phương
Những người lâm trọng bệnh
Trên khắp nẻo đoạn trường.
Này cha anh yêu dấu
Này mẹ chị mến thương
Này em trai cháu gái
Trong thế giới mười phương.
Thân này như bọt nước
Vô thường là lẽ thường
Chấm dứt ngay vọng tưởng
Sực tỉnh cơn mộng trường.
Nếu không bệnh liệt giường
Làm sao ngộ sinh diệt
Diệt sinh từng hơi thở
Hết sinh diệt, chân thường.
Chẳng thà sống một ngày
Thấy được lẽ sinh diệt
Còn hơn sống trăm năm
Mê mẩn theo sắc trần.
Hãy để tâm vắng lặng
Theo dõi hơi ra vào

Thấm nhuần chân diệu pháp
Trong từng mỗi tế bào.
Hãy biến ngay giường bệnh
Thành một chốn đạo tràng
Cho mọi người vui vẻ
Đất trời cũng ngát hương.

CỘT SỐNG

Cột sống nền giáo lý
Là trực ngộ bất sinh
Bất sinh nên vô ngã
Vô ngã nên không sầu.
Bất sinh là tâm Phật
Ngự trị trong mỗi người
Trong sinh vật muôn loài
Trong hoa lá cây cỏ.
Khi đói biết tìm ăn
Lúc khát tìm thức uống
Cỏ cây biết vươn mình
Đến nước và ánh sáng.
Cái biết căn bản ấy
Chẳng cần gì dụng công
Hỏi hỏi hay tu hành
Ấy chính là tâm Phật.
An trú trong bất sinh
Để mọi sự vận hành
Như đông qua xuân lại
Lòng thanh thản nhẹ tênh.

TRIÊU DƯƠNG CA

Trời cao trong và xanh
Gió ban mai tốt lành
Vũ trụ như chìm đắm
Trong thiền định vô sanh.
Chim chóc đang ca múa
Mừng lễ hội bình minh
Sau lùm tre thưa thớt
Vừng dương vừa ló lên.
Thiên nhiên như vũ điệu
Như bài ca vô thanh
Tâm hòa cùng vũ trụ
An trú trong bất sanh.

KỲ QUAN

Kỳ quan của vũ trụ
Ở trong tâm mỗi người
Khi quay về nương tựa
Cái tâm Phật bản lai.
Chẳng cần chi giữ giới
Khổ hạnh với tu thiền
Chỉ cần đau một trận
Là thấy ngay hiện tiền.
Không sinh cũng không diệt
Không bệnh cũng không lành
Xưa nay Nó vẫn vậy
Trú trong lòng đảo điên.
Vì bôn ba danh lợi
Vì xuôi ngược huyên thiên
Nên ta không thấy được

Cái tâm Phật bản nhiên.
Như minh châu sáng chói
Chồng chất bụi não phiền
Chúng sinh mê tâm ấy
Uổng luân hồi liên miên.

ĐẠI THỤ

Chớp lóe tan mây ám
Trút xuống trận mưa rào
Chết cỏ cây yếu đuối
Đại thụ vẫn không sao.
Càng tăng thêm sức sống
Thêm năng lực dồi dào
Rửa sạch bao bụi bặm
Của những ngày lao đao.
Giữa bầu trời trăng sao
Tàn cây vương mạnh mẽ
Ôm vạn vật vào lòng
Như vòng tay của mẹ.

TỰ TRÀO

Một đời làm ông táo
Hai đời làm ông vua
Ngày hóa thân ba bận
Chẳng ai trú trong này.

CÚP CUA

Bác sĩ khuyên giữ thân
Nằm thẳng cột sống lưng

Để yên không cục cựa
Vẫn cúp cua vài lần.
Nhờ đức y vương Phật
Biến thân thành không thân
Con đi trong tâm niệm
Giữ cột sống pháp thân.

THÊM MỘT NGÀY

Thêm một ngày nằm bệnh
Thêm một ngày tu tâm
Niệm ơn sâu Tam bảo
Tấm lòng bao người thân.
Thêm một ngày đoàn tụ
Cùng pháp tử mến thương
Sẻ san chân diệu pháp
Vị ngọt thấm can trường.
Thêm một ngày quán niệm
Chốn sinh tử hiểm nguy
Cõi Niết bàn an lạc
Cũng trong một tâm này.
Thêm một ngày chánh niệm
An trú trong bất sinh
Cẩn thận từng cảm xúc
Từng móng ý khởi tâm.
Thêm một ngày cảm niệm
Ơn bạn lữ mười phương
Hỏi thăm và san sẻ
Ấm lòng khách tha phương.
Thêm một ngày sám hối
Lạy mười phương Như Lai

Cho con sạch tội lỗi
Từ xưa cho đến nay.
Thêm một ngày phát nguyện
Nguyện cùng tận vị lai
Luôn theo chân Phật tổ
Lợi ích cho muôn loài.

TÂM VÀ CỘT SỐNG

Tâm động cột sống động
Tâm an cột sống an
Hợp thể thân tâm này
Một kỳ quan lồng lộng.
Tâm còn vương nhị nguyên
Ta người với khổ lạc
Quá khứ với vị lai
Là tử sinh ác trược.
Tâm như như bất động
Không nghĩ chuyện đã qua
Không mong điều chưa tới
Là an trú Niết Bàn.

THUẬT ĐIỀU DƯỠNG

Pháp tử khéo chăm sóc
Thuốc thang và đỡ nâng
Vệ sinh cùng dinh dưỡng
Làm phấn chấn tinh thần.
Chế biến nhiều kỹ năng
Trong quá trình chăm sóc
Dù liệt giường mòn chiếu
Vẫn không mấy tang thương.

Thầy trò cùng chánh niệm
Khi xê dịch chuyển di
Cái xác thân nằm bệnh
Tâm chẳng chút sầu bi.

SỐNG CHẾT

Sống trong hơi thở vào
Chết cùng với hơi ra
Ngày đêm liên tục chuyển
Kiếp số như hằng sa.
Hít vào ta còn đó
Thở ra đã hết ta
Ta hòa cùng với gió
Thành vũ trụ bao la.
Ta như làn sóng nhỏ
Giữa đại dương cuộc đời
Sóng có khi còn mất
Biển cả không đầy vơi.

CHÁNH TÍN ĐẠI THỪA

Tôi có người bạn thân
Đã bao năm ân cần
Gởi tiền về giúp đỡ
Già, tàn tật, neo đơn.
Qua điện thoại đường dài
Chị nhận được hung tin
Rằng người con gái chị
Đang mang bầu song sinh.
Bào thai vừa năm tháng
Có dấu hiệu không lành

Qua siêu âm chẩn đoán
"Sinh non, trẻ dị hình".
Nghe xong chị lặng người
Thầm khấn nguyện Phật trời
"Nếu số phần như vậy
Con xin đem về nuôi.
Ở trên thế gian này
Bao nhiêu người đau khổ
Sao con dám riêng mình
Cầu mong thoát nạn tai."
Rồi chị bảo con gái
Hãy chuyên tâm niệm Phật
Đừng nên nghĩ ngợi gì
Chờ hoa mãn nguyệt khai.
Từ đấy chị chuyên trì
Niệm đức Phật từ bi
Quán Thế Âm bồ tát
Mà không cầu mong chi.
Sau bảy tháng hoài thai
Con chị cho ra đời
Hai hài nhi nhỏ nhắn
Xinh xắn như tiên đồng.
Kỳ diệu thay Phật pháp
Kỳ diệu thay đức tin
Không cầu mong ích kỷ
Thì kết quả tự sinh.

CUT THROUGH

Thanh bảo kiếm kim cương
Vọng tưởng chém đứt luôn

Một niệm vừa mới ló
Là dứt ngay không nương.
Cái tâm là gì nhỉ?
Không danh tướng, như gương
Sáng trong và lặng lẽ
Soi chiếu khắp mười phương.
Dưới hồ nước lặng trong
Viên minh châu lấp lánh
Đừng để sóng xao động
Mất dấu ngọc long lanh.

LÀM PHƯỚC VÀ TAI ƯƠNG

Thân bệnh nằm liệt giường
Người nghe thấy cảm thương
Hỏi thăm và an ủi
Dập dìu khách thập phương.
Kẻ lắc đầu chép miệng
Người mếu máo thở than:
"Thường làm việc phước thế
Sao gặp nhiều tai ương".
Trả lời: "Nếu làm phước
Để khỏi gặp tai ương
Là đổi chác bán buôn
Đâu còn là việc phước".
Lại có người vui mừng
"Đến nhiều lần không gặp
Nay nhờ cô nằm bệnh
Mới gặp được một lần".
Tôi cũng thế người ơi
Đã nói rất nhiều lần

"Không, vô thường, vô ngã
Nay mới thấy một lần".

NGƯỜI GỖ

Một thây chết diệu kỳ
Biết ăn và biết ngủ
Thỉnh thoảng lại biết đi
Nhưng không tư tưởng gì.
Như người gỗ ngắm hoa
Như hồ gương chiếu nguyệt
Đá núi cũng xếp hàng
Ngắm kỳ quan diễm tuyệt.
Lúc nào thưởng thức trọn
Vũ trụ nhiệm màu này
Chính lúc tâm bất động
Như thây chết biết đi.

KHI HỒN THƠ CÓ MẶT

Khi hồn thơ có mặt
Đau khổ được biến hình
Giọt nước mắt ảm đạm
Thành hạt ngọc long lanh.
Do đâu có nghệ thuật
Nếu không nhờ đau thương
Và ý thức đau thương
Kết tinh thành tuệ giác.
Tuệ giác về sự khổ
Đã siêu việt khổ đau
Phật dạ về khổ đế
Khi tâm vượt khổ sầu.

BẤT SINH CA

Tháng hai hăm mốt âm
Ngày thứ chín bệnh nằm
Đốt sống bỗng giật bắn
Phủ tạng đều rối tung.
Như cá nằm trên thớt
Giật nảy lên từng cơn
Bị chặt bằng dao lụt
Chết ngay còn tốt hơn.
Chiến tranh Mỹ-Iraq
Đang đến hồi kinh hoàng
Trong thân này cũng vậy
Như một bãi chiến trường.
Vận khí để bớt đau
Nhưng không thể hít sâu
Hơi thở vào đã ngắn
Hơi thở ra càng mau.
Lịm ngất trong cơn đau
Liền ngủ đi một giấc
Mơ thấy mình bay cao
Mấy tầng trời chất ngất.
Tỉnh dậy sảng khoái sao
Như chưa từng biết đau
Bất sinh là thế đó
Sống chết có chi nào?

GIƯỜNG XOAY CA

Khen ai khéo sáng chế
Giường cho bệnh liệt giường
Đủ tiện nghi đại tiểu

Xem sách cũng được luôn.

NƯỚC NÓNG CA

Ai đại tiểu phải nằm
Làm việc rất khó khăn
Xin bày cho cái mánh
Hãy trùm người kín bưng.
Dùng chai nước vừa nóng
Rưới dần lên chỗ kia
Vài phút sau ra được
Chẳng phải dụng công gì.

THÔNG MINH CA

Dưới thông thì trên minh
Buổi sáng sau vệ sinh
Thân tâm thật sảng khoái
Vần thơ tuôn ra nhanh.

NGỘ KHÔNG

Đã trực ngộ chân không
Thờ Thầy rất hết lòng
Sư phụ còn nhục nhãn
Ngộ Không pháp nhãn thông.
Nhận ra ngay yêu quái
Đội lốt kẻ thật thà
Mắt nhìn suốt tâm địa
Của những kẻ dối ngoa.
Trên quấy động Thiên tào
Dưới ngang tang Địa phủ

Chuyện tôi tà phụ chánh
Đâu chỉ có ngồi không?

TRÚC CA

Cách tường ngọn trúc mượt mà xanh
Mây trắng bay qua càng đẹp xinh
Trong gió đong đưa như vẫy gọi
Này đây vũ trụ xiết bao tình.

MƯA CA

Giọt mưa tí tách ngoài hiên vắng
Đều đều như thúc giục hồn ai
Chớ ham chi cảnh đời đen trắng
Còn bao vũ trụ đẹp ngất trời.

DẶN CỘT SỐNG

Làm ơn nằm yên chút
Cho ta xong bài thơ
Mày chớ có giật bắn
Khiến ta đau ngất ngư.

CỘT SỐNG TRẢ LỜI

Nếu chị giữ chánh niệm
Đừng nghĩ tơ lơ mơ
Thì dù em có giật
Chị cứ coi như pha.

HỎI CỘT SỐNG

Phải chăng cá bị chặt
Hóa thân vào trong đây
Để cho ta nếm thử
Quả báo sát sinh này?

TÁNH CẢNH

Tiếng chim kêu ríu rít
Không gian thoảng hương lài
Đốt lư trầm tinh khiết
Cúng dường chư Như Lai
Vũ trụ nhiệm màu này
Sắc, thanh, hương, vị, xúc
Cũng là chân tánh cảnh
Khi chẳng thuộc về ai.

ỐNG HÚT CA

Bình thường ghét ống hút
Uống thứ gì nốc tuột
Nay bị nằm thẳng đuột
Thương ống hút xiết bao.
Suốt ngày dùng chất lỏng
Uống thuốc chữa gẫy xương
Cả súc miệng chải răng
Toàn nhờ ơn ống hút.

DƯỢC SƯ NHƯ LAI

Đức Dược sư Như Lai
Tâm lưu ly trong suốt
Con quay về nương tựa

Người thương khắp muôn loài.
Đức Dược Sư Như Lai
Lòng từ bi bình đẳng
Con quay về nương tựa
Người cứu giúp nạn tai.
Đức Dược Sư Như Lai
Đại nguyện Ngài cao cả
Cứu chúng sinh khỏi đọa
Vào những chốn tối tăm.
Đức Dược Sư Như Lai
Đại nguyện Ngài siêu việt
Cứu chúng sinh keo kiệt
Thoát khỏi thói xan tham.
Đức Dược Sư Như Lai
Đại nguyện Ngài dũng mãnh
Cứu chúng sinh kiêu mạn
Diệt trừ thói mạn kiêu.
Đức Dược Sư Như Lai
Đại nguyện sâu thăm thẳm
Giúp kẻ phá giới cấm
Phục hồi giới sạch trong.
Đức Dược Sư Như Lai
Đại nguyện rất kiên cường
Đưa con về quê cũ
Chốn Cực Lạc thanh lương.

NGỌA BỆNH CA

Ghi lại những ngày nằm bệnh
từ 15/03/2003 đến 15/4/2003

ĐẠI BI QUÁN THẾ ÂM

Đại bi Quán Thế Âm
Thệ nguyện rất hoẳng thâm
Với ngàn tay che chở
Tướng hảo trang nghiêm thân
Đại bi Quán Thế Âm
Trí tuệ Ngài quang rạng
Với ngàn mắt soi sáng
Bao thế giới tối tăm
Đại bi Quán Thế Âm
Đứng vững đầu ngọn sóng
Chữa lành bao bệnh tật
Quét sạch hết tai nàn

SỞ THÍCH

Sáng sớm thích ngồi trên bến sông
Ngắm hoa bèo tím dưới mây hồng
Một vùng hoa tím trôi trôi mãi
Lũ lượt đi về hướng biển Đông

DÒNG SÔNG

Dòng sông như dòng đời
Trôi xuôi không bến đỗ
Ngày đêm liên tục thở
Hòa nhập vào biển khơi

NGUYỆN

Nguyện cho cơn đau này
Thay thế bao đau khổ
Mà con có thể có
Trong những thời vị lai
Nguyện cho cơn đau này
Sẻ san bao thống khổ
Mà chúng sanh đang có
Trong kiếp sống đọa đày
Nguyện cho cơn đau này
Tiêu trừ bao ác nghiệp
Mà con đã gây tạo
Từ xưa cho đến nay

VŨ TRỤ NẰM NGANG

Một vũ trụ nằm ngang
Một vũ trụ đa đoan
Chánh niệm từng hơi thở
Dứt suy nghĩ lan man
Từ chân tâm nhìn ngó
Thân xác như cây cỏ
Thần thức trú trong đó
Chỉ như ngọn đèn cầy

Châm tâm vô sở trụ
Ở cùng khắp mọi miền
Thần thức tùy theo nghiệp
Đổi chỗ trú liên miên.

NÓI CÙNG CÂY CỐI

Vũ trụ ngươi thẳng đứng
Vũ trụ ta nằm ngang
Ngươi cho đời bóng mát
Ta cho vần thơ thương

CHÓNG MẶT CA

Đi… chóng mặt thì đứng
Đứng… chóng mặt thì ngồi
Ngồi… chóng mặt thì nằm
Nếu nằm mà chóng mặt
Thì chỉ còn nước "thăng"

CHÂN TÂM VÀ CHÂN THỨC

Chân tâm pháp giới tánh
Như lòng mẹ bao la
Chan hòa khắp vũ trụ
Kể gì ngươi với ta
Tâm này đồng một thể
Sáng trong và lặng lẽ
Lỡ gá vào thân xác
Hóa ra thành u mê
Trở về chân tâm nọ
Khác chi về đến nhà

Mẹ cùng con gặp gỡ
Hóa thân cõi hà sa

ĐOẠN DÒNG

Đã có sinh tất phải biến thiên
Dứt dòng tư tưởng hết huyên thiên
Để lòng như cõi hư không nọ
Thanh tịnh vô vi hết não phiền

KHỔ VÀ NIẾT BÀN

Để có cơm Niết bàn
Cần gạo vô thường khổ
Và ý thức về khổ
Là củi để nấu cơm
Mồi lửa là tuệ giác
Đốt cháy củi phiền não
Nung nấu vô thường gạo
Chín thành cơm lạc thường
Nếu không có tuệ giác
Thì khổ vẫn là khổ
Nhờ chánh chân trí tuệ
Khổ thành chân Niết bàn.
(Theo kinh Đại Niết Bàn)

CHỈ VÀ QUÁN

Tịnh chỉ là tập trung
Vào một đối tượng tâm
Gạt ngoài mọi chuyện khác
Để đi đến nhất tâm

Như hồ nước lắng trong
Có thể soi thấu đáy
Tịnh chỉ cũng như vậy
Cốt để soi sáng lòng
Nếu quán mà không chỉ
Như sáng mắt u mê
Nếu chỉ mà không quán
Khác nào chân bị què
Chỉ và quán song đôi
Vượt đau khổ trên đời
Đình chỉ mọi dục vọng
Vô thường tuệ sáng soi.

QUẢ BÁO THIỆN ÁC

Quả bác của Ác nghiệp
Thật nặng nề lao đao
Như bò lên dốc núi
Ì ạch kéo xe sau
Quả báo của Thiện nghiệp
Như bóng đi theo hình
Tuy có mà không thực
Trăng đáy nước long lanh
Phật dùng hai ví dụ
Ẩn ý thật thâm trầm
Tuyệt đối tránh làm ác
Quả báo thiện đừng ham
Ví chiêm bao ác mộng
Cũng thực là kinh khủng
Ngủ dậy toát mồ hôi
Nhớ lại vẫn bồi hồi

Còn chiêm bao mộng đẹp
Tỉnh dậy vẫn tay không
Thì lòng càng tiếc nuối
Ngơ ngẩn thêm phí công
(Cảm tác kinh Pháp Cú)

VIỆC LÀNH QUẢ ÁC

Phật dạy có bốn việc
Tưởng lành mà thành ác
Thứ nhất là bố thí
Vì a dua người khác
Thứ hai là trì giới
Chỉ để được cúng dường
Thứ ba là đọc tụng
Chỉ để mà tranh hơn
Thứ tư là thiền định
Đệ đạt phi phi tưởng
(Theo kinh Đại Bát Niết Bàn)

HÀNH THÂM BÁT NHÃ

Kính dâng Giác linh Hòa Thượng

Nhìn bầu trời bao la
Con nhớ đến Thầy xưa
Giảng kinh Đại Bát Nhã
Nghĩa lý thật sâu xa
Cúi đầu đảnh lễ tôn kinh
Lễ chư Phật tổ chứng minh đạo tràng
Con xin ghi lại đôi hàng
Những gì nghe được vẫn hằng chưa phai
Chỗ Phật chứng vượt ngoài ngôn ngữ

Thương chúng sinh Ngài đã phát ngôn
Những từ ngữ chúng sinh dùng
Phật dùng với nghĩa khác trong thế tình
Chữ "Không" nói trong kinh Bát Nhã
Mới nghe qua thật khó hiểu tin
Thân tâm ta đấy rành rành
Phật thì lại dạy thật tình nó "Không"
Chẳng phải không bất cứ việc chi.

SẮC

Hoạt chất của sắc là gì
Chính là biến đổi và gây cản đường
Như thân thể ta thường biến đổi
Từ lúc sinh cho tới lúc già
Cuối cùng hủy hoại ra ma
Nên tính biến hoại tính chính là sắc thân
Sắc lại có tính làm chướng ngại
Choáng không gian khó giải thoát tâm
Như ta thường nổi mê lầm
Tham tài tham lợi vì mang thân này
Với Phật tuy sắc này có đấy
Cũng không vì thấy "Tánh Không"
Thân không chướng ngại được tâm
Hóa ra diệu dụng thần thông khôn lường.

THỌ

Hoạt chất thọ là thường thâu nhận
Ngọt bùi cay ấm lạnh nơi thân
Lại thêm thù hận ghét thương
Vui buồn mừng giận vấn vương nơi lòng

Thân thọ Phật cũng đồng như thế
Lại nhiều khi tinh tế gấp mười
Nhưng vì không chấp "của tôi"
Nên Ngài xa hẳn thói đời ghét thương
Gặp lúc khổ ta thường bực bội
Khi vui thì thêm nỗi đắm mê
Đấy là hoạt chất thọ kia
Chúng sinh vì nó si mê tăng cường
Với Phật, thọ dường như không có
Vì Ngài không mang nó vào tâm
Khổ vui chẳng chút động lòng
"Thọ không" nên Phật chứng thân lạc thường

TƯỞNG

Hoạt chất "Tưởng" thâu vào ngoại tướng
Tâm ghi nhiều ấn tượng sắc thanh
Như là cái máy chụp hình
Luôn luôn bận rộn không yên giây nào
Hoạt chất "tưởng" gây bao khốn khổ
Vì cảnh ngoài như gió thoảng qua
Mà tâm thì vẫn thiết tha
Ôm ghì ảnh tượng bóng ma chập chờn
Phật chẳng có tơ vương ảo tưởng
Nên với Ngài các tưởng là không
Tâm Ngài như tấm gương trong
Phản quang mọi vật nhưng không giữ gì

HÀNH

Hoạt chất "Hành uẩn" thì biên diễn
Tạo tác thêm nhiều chuyện lông bong

Sau khi tưởng đã vào tâm
Hành còn vẽ rắn thêm chân lắm điều
Hành uẩn mạnh nơi nhiều thi sĩ
Thấy vầng trăng lại nghĩ cố nhân
"Mày ai trăng mới in ngần
Phấn thừa hương cũ bội phần xót xa" [1]
Với Phật, hành uẩn là không có
Vì không điều tưởng nọ tưởng kia
Các hành Ngài đã xa lìa
Hết cơn mộng mị, hết khi mơ màng

THỨC

Hoạt chất Thức là thường phân biệt
Đen trắng luôn rõ rệt phân minh
Nhưng còn tùy mỗi góc nhìn
Ở trong phân biệt khó tìm đúng sai
Nơi Phật hoạt chất này vắng bóng
Tâm Ngài luôn mở rộng từ bi
Chúng sinh còn lắm ngu si
Thức tâm cứ mãi phân chia ta người.
Tóm lại cũng đồng thời năm uẩn
Do ngộ mê nên vẫn khác xa
Khi mê năm uẩn là ta
Ngộ rồi năm uẩn không ta không người.

VUI

Vui nhất là đừng có cái tôi
Thứ nhì bỏ hết chuyện trên đời

---

[1] Kiều

Ba là chấm dứt tâm sinh diệt
Hơi cuối hắt ra thật tuyệt vời.

KHỔ

Khổ là cứ tiếc thương dĩ vãng
Hạnh phúc luôn chỗ nọ, thời kia
Không bao giờ ở đây, hiện tại
Bỏ mồi theo bóng thật ngu si.

BỜ KIA

Bờ kia đâu phải ở bên kia
Cùng với tử sinh chẳng có chia
Thiện ác thị phi đừng vướng bận
Thì đây sống chết đã xa lìa.

VỸ DẠ

Vỹ Dạ quê xưa đẹp tuyệt trần
Cây sung soi bóng nước trong ngần
Hoa bèo tím ngát trôi về biển
Lau trắng trên bờ vẫy tiễn chân
Có những đêm hè trăng rực sáng
Chị em chèo một chiếc xuống nan
Vòng quanh cồn Hến lên Thương Bạc
Thuyền về xuôi nước chạy như băng.

NGHỆ THUẬT KHÁCH QUAN

Những tâm hồn thác loạn
Vẽ ra tranh lập thể

Soạn tình ca bốc lửa
Và nhạc Rock and Roll
Những tâm hồn bệnh hoạn
Nhìn trăng lúc lên cơn
Tả trăng thành bê bối
Thật hỗn độn càn khôn
Nghệ thuật hết khách quan
Khi nhìn bằng tâm bệnh
Như lúc mình chóng mặt
Thấy đất trời xoay quanh.

DẠO VƯỜN

Sáng ra dạo vườn hoa
Nằm trên giường bốn bánh
Xin chào em sen trắng
Xin chào chị sen hồng
Này đây hoa đồng tiền
Và kia là hoa khế
Hoa bằng lăng tím nhạt
Khoe tươi dưới trời hồng
Lại có những bác tùng
Xanh mượt mà khoẻ mạnh
Những giò lan bên cạnh
Nở xinh ơi là xinh
Những bác đá thật to
Xếp thành hòn non bộ
Trông bác hơi rầu rĩ
Phải chăng bác nhớ rừng
Xưa bác ở dưới suối
Trong rừng xa Lâm Đồng

Gặp mùa hạn hán tới
Suối cạn bác long đong
Người ta chở bác đi
Trên những xe cần cẩu
Rao bán khắp phố phường
Đến chùa bác an trú
Sớm tối nghe kinh kệ
Chắc bác cũng an lòng
Tuy xa rừng xa suối
Bác sống đời thong dong

SEN BÁCH DIỆP

Hai đóa sen xinh lúc rạng đông
Đường xa thêm bế tắc giao thông
Đến nơi hoa rã cánh tàn úa
Vẫn tỏa ngát hương lòng chứng lòng
(Tặng Nguyên Thường
cho sen bách diệp 19.04.2003)

LAN THỦY TIÊN

Mấy nhánh phong lan quá đẹp xinh
Nhị vàng cánh trắng rất mong manh
Rung rinh dưới nắng mai dìu dịu
Trông tợ những giò hoa thủy tiên
(Tặng Nguyên Thường)

HỌA VẦN "ĐÂY THÔN VỸ DẠ"

Tôi không ưa về chơi thôn Vỹ
Vì giá nhà lên, giá đất lên
Bờ lau đã biến thành hàng quán

Cũng chẳng còn chi ruộng với điền
Người cũ về thăm từ chốn xa
Vườn xưa dơ quá nhìn không ra
Nơi nơi nhà mọc lên như nấm
Cảnh đó tình đây hết đậm đà
Mộng tưởng tàn phai theo khói mây
Còn đây tâm đạo chẳng lung lay
Mai sau dù có bao giờ nữa
Vẫn một tấm lòng son sắt nay
(Tặng cháu Ti)

MƯỜI THƯƠNG

Một thương hoa lá hữu tình
Hai thương mây trắng bồng bềnh trên cao
Ba thương gió thổi rì rào
Bên hòn non bộ lao xao tre ngà
Bốn thương đá cuội thật thà
Năm thương hoa khế la đà xinh xinh
Sáu thương cành trúc rung rinh
Một con bướm lượn quanh vành mẫu đơn
Bảy thương chùm hoa phong lan
Tám thương hoa tím bằng lăng tuyệt vời
Chín thương vườn cảnh trăng soi
Mười thương chim hót dưới trời bình minh.

TRƯA NGHE HEO KÊU

Giữa trưa vẳng tiếng heo kêu to
"Cứu với, trời ơi, ai cứu cho"
Tỉnh giấc nghe lòng như quặn thắt
Chẳng làm chi được cứ buồn xo

ĐÊM NGHE BÒ KÊU

Nửa đêm nghe tiếng ồm ồm
Bò bên hàng xóm đói lòng kêu vang
Gặp mùa đại hạn khô khan
Lấy đâu ra cỏ cho đàn bò tơ

XE CHỞ TRÂU BÒ

Đường trường gặp chiếc cam nhông to
Nhung nhúc bên trong những chú bò
Đôi mắt u buồn nhìn dáo dác
Ý chừng cũng biết sắp vào lò
Các em như bồ tát
Xả thân để giúp đời
Nào kéo xe chở nặng
Và cung cấp sữa tươi
Khi hơi tàn sức kiệt
Người đem giết em tôi
Cách trả ơn thật tuyệt
Nhưng đấy là loài người

EM BÉ QUÊ

Trên con đường đất đỏ
Em bé dắt bò đi
Kiếm nơi bò gặm cỏ
Em ngồi học bài thi
Buổi chiều đi học về
Còn thổi cơm giúp mẹ
Cắt cỏ và chở phân
Thực trăm bề vất vả

NÀNG VE CHAI

Cô nàng bán ve chai
Má hồng đôi mắt sáng
Môi miệng cười xinh xắn
Đến chùa mua ve chai
Cô thu góp thật nhanh
Tất cả đồ phế thải
Gom vào hai bao tải
Chở trên chiếc xe còm
"Cháu quê tận Hải Phòng
Hăm bốn tuổi, một con
Chồng đi làm thợ phụ
Ngày kiếm hai chục đồng
Không bệnh tạm đủ sống
Đau ốm thời long đong
Xa mẹ cha làng nước
Đâu nhờ được bà con"

RƯỢU

Bà hàng xóm vào chùa
Ôm mặt khóc bù loa
Ông chồng đang say rượu
Cầm dao rượt vợ nhà
"Khi tỉnh ổng rất hiền
Lúc say lại nổi điên
Đòi giết tôi bằng được
Tôi phải trốn đi liền
Từ ngày bán được đất
Ngày nào cũng nhậu say
Đánh tôi bầm mặt mày

Chắc là tôi chết mất"

XIN CẠO TÓC

Một bà khác vào chùa
Năn nỉ xin cạo tóc
Vì ốm đau liên tục
Nên bị chồng đuổi xua
Bà cứ nghĩ cạo tóc
Thì đời sẽ khá ra
"Bề trên" sẽ buông tha
Thật là quá đơn giản
Nhà bà có thờ Phật
Mới xây, đẹp nhất làng
Vì ông mới bán đất
Trưởng giả học làm sang
Thờ Phật như cái tật
Chẳng biết Phật là ai
Trong nhà bày bàn Phật
Ngoài để "Nhận heo quay"

TỊCH DƯƠNG

Khi ngày quá nắng gắt
Chiều xuống thật Niết Bàn
Khi đời quá khốn khổ
Chết là hết gian nan
Sống chết là khổ vui
Chỉ trong vòng đối đãi
Niết bàn mà Phật dạy
Vượt ngoài khổ với vui
Không sinh cũng không diệt

Không vui cũng chẳng buồn
Vì hết sống thì chết
Hết vui lại đến buồn

PHÉP LẠ

Cùng chung sống dưới mái trời xanh
Đầy dẫy quanh ta những phép lành
Chiều xuống toàn hồ sen khép cánh
Sáng ra lại nở trước bình minh.

VÔ NIỆM

Chẳng cứ công phu chẳng tọa thiền
Nghe thanh thấy sắc vẫn thường nhiên
Mảy trần không dính hư không nọ
Mây tạnh trăng soi sáng một miền

NẰM XE ĐI ĐƯỜNG DÀI

Dọc đường không thấy cảnh lăng xăng
Chằng chịt dọc ngang dây điện giăng
Cổ thụ từ bi vươn bóng mát
Trên cao mây trắng duỗi hàng hàng

VẪN Ở NHÀ

Vẫn tại nơi đây vẫn ở nhà
Lòng trong lắng thấy Phật Di Đà
Hào quang tỏa rạng từ tim ấy
Tịnh độ là đây chẳng phải xa

PHẬT DI ĐÀ

Ngài luôn theo dõi bước chân ta
Hộ niệm từng giây dứt tưởng tà
Mỗi lúc uống ăn cùng ngủ nghỉ
Đừng quên chánh niệm Phật Di Đà

VÃNG SANH

Vãng đi cho hết những tham sân
Cực lạc quang minh chiếu tại tâm
Khỏi nhọc công tìm đâu cõi tịnh
Tìm thì khó gặp, vướng mê lầm

TU ĐI

Tu đi, chẳng phải cứ đi tu
Là hết oan khiêng nghiệp chướng đù
Bát nạn tam đồ đâu chẳng có
Chỉ cần chánh niệm thấy như như
Như như bất động giữa trần ai
Tự tính Di Đà chẳng đổi thay
Vô lượng quang minh vô lượng thọ
Tịnh tâm vô niệm thấy liên đài

KHÔNG ĐỀ

Bước chân như thể lá rừng
Nam châu Bắc quận đã từng dạo chơi
Đâu đâu cũng một đổi đời
Kẻ ham danh lợi, người thời thiếu ăn
Khi nghèo chỉ nghĩ áo cơm
Suốt ngày một mực lo toan kiếm tiền

Được rồi lại lắm đảo điên
Ăn chơi cờ bạc chuốt thêm tai nàn

BÚN VÀ THƠ

*Con làm bún Huế, Thầy làm thơ
Bún của con làm rất đậm đà
Phật tử đến chùa khen đặc sản
Nhưng thơ Thầy viết khó ai ưa.
Vì mục đích Thầy không phải thơ
Khi nhắm "tải đạo" chẳng thành thơ
Dấu thiên nga nhảy trên nền tuyết
Bức học vô tình nhưng thật thơ*

MƯA

*Từng giọt mưa rơi giọt giọt thơ
Từ đâu trút xuống thực bao la
Qua mưa thấy nhiệm màu hoàn vũ
Tín hiệu từ nơi cõi "mật đa"*

TRĂNG

*Trăng cài lên ngọn trúc lưa thưa
Trăng điểm tóc ai óng mượt mà
Một thoáng mây qua trăng khuất bóng
Còn trơ cành lá vẫn đong đưa*

HOA QUỲNH

*Kiếp trước em người ở cõi tiên
Thanh tu tĩnh mịch chốn thiên thiên
Khởi tâm bi mẫn nơi trần thế*

Em hiện hình độ khách hữu duyên
Trăm hoa đều đợi ánh dương lên
Hồng tía đỏ vàng đua sắc chen
Riêng mỗi mình em tinh khiết thế
Nửa đêm xòe những cánh trinh nguyên
Văng vẳng nơi nao khúc nhạc thiền
Tiễn em về chốn cũ sơ nguyên
"Mỹ nhân tự cổ như danh tướng"
Nhưng vẫn dư hương suốt cõi miền

CÓ KHÔNG MÊ GIÁC

Có cũng không mà không cũng không
Giác mê mê diệt: giác không không
Thấy danh thực hữu: mê dường có
Xem lợi hư vô: giác đã lồng
Vướng có khổ đau càng thống thiết
Chấp không tội nghiệp cũng mênh mông
Ngộ tâm ấy Phật ly trần cấu
Rừng tía không xa chốn bụi hồng
(Họa thơ Bs. Đỗ Hồng Ngọc)

BIỂN TUỆ, VƯỜN TỪ ÁI

NGUYỄN THỊ THANH XUÂN

1 **Tên của Ni sư Thích Nữ Trí Hải:** Phùng Khánh, đã đi vào ký ức tôi qua bản dịch *Câu chuyện dòng sông* của Hermann Hesse vào những năm sáu mươi của thế kỷ trước. Nửa thế kỷ đã trôi qua với bao bể dâu ghê gớm, Người đã vân du mười ba năm (7/12/2003), tôi ngồi đọc lại những trang viết của Người, lòng cứ tiếc sao duyên lành đến muộn.

Tháng Ba cũng chính là tháng Công Tằng Tôn Nữ Phùng Khánh được sinh ra (9/3/1938), ở một nơi mà dấu ấn của Phật Giáo thật là đậm nét: xứ Huế. Giữa chốn kinh đô lộng lẫy xưa, có một làng quê, đơn sơ, bình yên, lặng lẽ: thôn Vỹ Dạ, mảnh đất đã chứng kiến cuộc vào đời của một người nữ mang hạt mầm Bồ tát, nguyện phục vụ chúng sinh. Phùng Khánh lớn lên trong phúc ấm gia đình, trong hương lành chánh đạo, trong giáo dục khai phóng của nhà trường: con đường phát triển tinh thần và nghề nghiệp của Người hoàn toàn suôn sẻ. Người đã bước chân vào con đường dạy học, một trường trung học lớn ở Đà Nẵng: Phan Chu Trinh và chẳng bao lâu sau, từ đó, Người xuất dương du học (1960). Bên cạnh Phật pháp, hẳn chữ nghĩa, sách vở cũng là niềm yêu của Phùng Khánh, nên ở Hoa Kỳ, Phùng Khánh chọn học chương trình thạc sĩ ngành thư viện. Về nước, được làm việc ngay trong

Viện Cao đẳng Phật học và các chùa, một năm sau (1964), Phùng Khánh xuất gia tại chùa Hồng Ân (Huế).

Từ ngày ấy, chúng ta đã có một ni sư mang tên Trí Hải, pháp hiệu ấy chính là cốt cách của người (những ai là Phật tử cũng có thể nghiệm ra từ bản thân mình điều kỳ diệu ấy). Bên cái minh triết tự nhiên thấm nhuần từ kinh sách nhà Phật, sư Trí Hải còn được trang bị kiến thức chuyên môn hiện đại và kỹ năng làm việc khoa học. Bốn mươi năm (1964 - 2003), Sài Gòn, Viện Đại học Vạn Hạnh, Thiền Viện Vạn Hạnh và nhiều ngôi chùa khác đã in đậm dấu ấn của vị ni sư khả kính, tài hoa này.[1] Người ra đi khi còn khá trẻ, nhưng đã lưu lại một sự nghiệp trước tác lớn đến ngạc nhiên: 66 công trình, gồm dịch thuật, biên soạn, và phóng tác[2], trong đó phần lớn là kinh sách Phật học và một vài tác phẩm văn chương, tất cả đều đạt đến sự uyên áo về tư tưởng và trong sáng, tinh tế về văn phong.

2. Lấy nhan đề *Biển tuệ, vườn từ ái*, chúng tôi muốn chia sẻ một cảm nhận, một ước mong, một hành trình của một Phật tử đang làm việc trong lĩnh vực văn chương, nghĩ về Ni sư Trí Hải, tìm hiểu một số trước tác của Người.

Biển và *Vườn*, hai không gian của Tự nhiên, chất chứa nhiều linh diệu, mà con người là kẻ nhận biết, gọi tên và nương theo các linh diệu đó để khám phá chính mình, từng bước tìm đến tự do. Được khai mở từ Đức Phật, con đường đến với *biển tuệ, vườn từ ái* luôn là nỗi hân hoan của mỗi chúng sinh.

---

[1] Nguyên thư viện trưởng và Giám đốc An sinh xã hội viện Đại học Vạn Hạnh - Phó viện trưởng viện Nghiên cứu Phật học Việt Nam, Nguyên Giảng sư Học viện Phật giáo Việt Nam tại Tp. Hồ Chí Minh, Trụ trì Tịnh thất Tuệ Uyển Vạn Hạnh, Liên Hoa, Diệu Không. Theo Linhsonphatgiao.com, dẫn nguồn ngày 18/3/2016.

[2] Theo Phapbao.org, dẫn nguồn ngày 18/3/2016.

Chuyên chú và hân hoan đi trên còn đường ấy, đã hành đạo bằng những hoạt động đa dạng, trong biểu hiện nhất quán, thuần thành và tỉnh thức, Ni sư Trí Hải đã hiển hiện và lưu dấu như một Hành nhân đẹp, một Chủng tử tốt, một Bồ tát giữa đời.

Cái uyên bác của trường quy, cái mỹ lệ của văn chương, cái hùng biện của ngôn từ, Ni sư Trí Hải đều đã trải, nhưng hình như tất cả không làm Người thay đổi. Trang viết, trang dịch của Trí Hải luôn trong trẻo như nước suối nguồn, xanh biếc một tuệ giác uyên nguyên, sống động một nhịp đập của trái tim từ bi, lân mẫn.

Theo tài liệu mà chúng tôi tiếp cận được, con đường trước tác của Ni sư khởi đầu bằng dịch thuật. Tác phẩm đầu tiên được ra mắt mọi người là *Câu chuyện dòng sông*[3] và sau đó là nhiều công trình khác thuộc về văn chương, triết học[4]. Cùng với người em gái thân yêu của mình là Phùng Thăng, Phùng Khánh đã bắt tay chuyển ngữ một tác phẩm được xem là hàng đầu của Hermann Hesse có tên nguyên tác là *Siddhartha*. Những ai đã đọc nhà văn này, sẽ nhận ra sức sống kỳ diệu của Phật Giáo trong hành trình chinh phục phương Tây, đặc biệt là nước Đức, vốn là một trong những cái nôi của triết học. Đã có nhiều nhà nghiên cứu trên thế giới viết về Hermann Hesse, đặc biệt là sau khi ông được giải Nobel văn chương. Trên góc độ một độc giả Phật tử Việt Nam,

---

[3] Câu chuyện dòng sông, Nxb. Lá Bối 1965, tái bản 1966. Nxb. An Tiêm, 1967.

[4] Có thể kể thêm những bản dịch chính: Con Đường Thoát Khổ, dịch W. Rahula, Ban Tu Thư Vạn Hạnh,1966; Câu Chuyện Triết Học, dịch cùng Bửu Đích, Will Durant, Viện Đại Học Vạn Hạnh, Gandhi Tự Truyện, dịch Ghandhi, Võ Tánh, 1971; Thanh Tịnh Đạo, dịch B, Buddhaghosa; Tư Tưởng Phật Học, dịch W. Rahula, Vạn Hạnh, 1974, Giải Thoát Trong Lòng Tay, Thanh Văn xuất bản; Ảo hóa; Nhà khổ hạnh và kẻ lang thang; Thiền đạo, Đưa vào Mật tông... Tạng Thư Sống Chết, dịch The Tibetan Book of Living and Dying của S. Rinpoche, 1996; Tâm Bất Sinh, dịch Bankei, Hoa Đàm, 2005...

người viết cảm nhận rằng cái lớn lao nhất dung chứa trong sự nghiệp văn học của Hermann Hesse chính là nhà văn này đã hiểu thấu yếu tính của Phật Giáo, cả trong tư tưởng lẫn trong hành ngôn. Dùng văn học để chuyển đạt triết lý và câu chuyện nhà Phật, Hermann Hesse đã vượt qua một cách ngoạn mục cái hấp lực vốn có của nghệ thuật văn chương. Những hư cấu tất nhiên của tiểu thuyết sẽ làm sao để không tạo nên cảm giác đó là sự tô vẽ rườm rà. Những câu văn và hình ảnh đầy sức gợi cũng không kéo ta đi xa sự thực, đưa ta vào những cảm xúc phù phiếm. Trong suốt lịch sử trao truyền tư tưởng của mình, các vị Tổ sư Phật giáo đã luôn cảnh báo về nguy cơ tiềm ẩn trong *lời*. *Vô ngôn* đã được xem là một điều kiện tối ưu dẫn đến khoảnh khắc giác ngộ.

Tuổi đôi mươi, Phùng Khánh đã sớm nhận ra những giá trị đích thực như vậy xuyên qua trùng trùng sách vở. Những gì Hermann Hesse tìm thấy được qua những năm tháng dài trải nghiệm kiến thức Tây - Đông, đã được Phùng Khánh tiếp nhận một cách tự nhiên, trẻ trung của một tâm hồn nữ Việt Nam. Khi chuyển ngữ tiểu thuyết *Siddhartha*, Phùng Khánh và Phùng Thăng đã tự nhiên phả vào bản dịch cái Phật tính mà gia đình của hai dịch giả đã thấm nhuần tự bao đời[5]. Vì vậy, thay vì giữ nguyên nhan đề là *Siddhartha* của nguyên tác (có thể dịch ra là Tất Đạt Đa) hai dịch giả đã lấy một cái tên mới: *Câu chuyện dòng sông*. Hơn 40 năm qua, Hermann Hesse và tác phẩm của ông đã trở nên quen thuộc hơn với công chúng Việt, và không ít người sau này muốn chuyển ngữ tiểu thuyết *Siddhartha* nhưng rõ ràng cái tên mà Phùng Khánh và Phùng Thăng chọn và văn bản mà hai cô làm nên đã rất khó thay thế.

---

[5] Thân phụ của Phùng Khánh là cụ Nguyễn Phước Ưng Thiều tự Mân Hương, pháp danh Như Chánh, thân mẫu là cụ bà Đặng Thị Quế, Pháp danh Trừng Xuân.

Tại sao *Câu chuyện dòng sông*? Quả thật, nội dung tác phẩm của Hermann Hesse đã nói đến "dòng sông", nơi *Siddhartha* đi qua và trở lại, sau một quá trình tu tập. Nhưng khi Phùng Khánh và Phùng Thăng đưa *dòng sông* lên thành nhân vật chính, thì rõ ràng *Tự nhiên* thay thế *Con người*. Phải chăng, trong cái nhan đề mới này, cũng là tinh thần của tiểu thuyết, và chính xác hơn là quan niệm của nhà Phật, Siddhartha đã tựu thành chánh quả, đã giác ngộ, nhưng Ngài không là một anh hùng tự đắc, Ngài là người học trò hiểu thấu lời nhủ của Tự nhiên. Tôi tự hỏi con sông Hương có vai trò gợi ý nào không với Phùng Khánh, Phùng Thăng, một thời tuổi trẻ tươi hồng ở Huế?

Trong dịch thuật văn chương, Phùng Khánh còn có tác phẩm *Bắt trẻ đồng xanh*[6], ra cùng thời điểm với *Câu chuyện dòng sông*. Khác với *Câu chuyện dòng sông*, xuất bản từ 1922, đã được thời gian khẳng định, tên tuổi tác giả đã vang danh như cồn sau khi nhận giải Nobel (1946), *Bắt trẻ đồng xanh* của J.D. Salinger chỉ xuất hiện trước bản dịch có 14 năm (1951), và từ khi ra đời cho mãi đến 1980, nó vừa được đề cao, bán rất chạy, vừa bị nhiều dư luận ở Hoa Kỳ lên án. Trong ba năm học cao học ở Hoa Kỳ, hẳn Phùng Khánh đã gặp tác phẩm này cũng như đã hiểu được dư luận xung quanh nó, thế mà cô gái trẻ tuổi đôi mươi, đang ngấp nghé đi vào thiền môn, lại chọn dịch *Bắt trẻ đồng xanh* để giới thiệu với công chúng Việt Nam!

Trong những bài viết đó đây và các *comments* ngắn của người đọc trẻ trên internet, khi *Bắt trẻ đồng xanh* được tái bản và dịch lại[7],

---

[6] Jerome David Salinger, The Catcher in the Rye, 1951. Bắt trẻ đồng xanh, Phùng Khánh dịch, Nxb. Thanh Hiên, S. 1967.

[7] Bắt trẻ đồng xanh, Phùng Khánh dịch, Nxb. Văn học và Công ty Nhã Nam tái bản, có sửa chữa năm 2008. Bắt trẻ đồng xanh, Đức Dương và Bùi Mỹ Hạnh dịch, Nxb. Phụ nữ, H. 1992, Nxb. Văn học 2005.

chúng ta vẫn nhận ra nỗi ngạc nhiên của họ trước sự độc đáo của tiểu thuyết này. Phùng Khánh của chúng ta thật là bản lĩnh! Cô không chỉ vượt qua các quy phạm thường tình của nhân sinh quan thông thường, cô còn vượt qua các chuẩn mực vốn có của ngôn ngữ vốn được xem là có học, hơn nữa, cô đã xé bỏ cái e dè vốn có của phái nữ (là con gái Huế hoàng tộc, kín cổng cao tường) trong mình, khi chuyển đạt những ý tưởng, hình ảnh trần trụi và những đối thoại, độc thoại thô, tục. Trong một bài viết hay và công phu về hiện tượng *The Catcher In The Rye* của J.D. Salinger, Quán Như cũng đã thắc mắc và ngạc nhiên: "Phùng Khánh dịch tác phẩm *Câu chuyện dòng sông* của Hermann Hesse là điều dễ hiểu. Nhưng *Bắt trẻ đồng xanh*? Trong câu chuyện, Holden cũng như các thanh thiếu niên mới lớn khác văng tục "không ngừng da non", nghịch ngợm phá phách đủ mọi cách, đánh nhau. Trong hai ngày ở New York, Holden giả "người lớn" vào quán rượu, say sưa, kêu một cô gái giang hồ lên phòng vân vân… Tôi tưởng tượng nỗi bối rối của Phùng Khánh khi phải tìm một chữ để dịch các tiếng chửi thề "goddamn" "Phony bastards" "my ass"… Tôi không nghĩ Phùng Khánh chỉ muốn dịch một tác phẩm ăn khách"[8]. Chỉ có thể nói là Phùng Khánh đi theo tinh thần nhà Phật: phá chấp, hay là "cái tâm không phân biệt", nói theo Quán Như. Đôi mắt xanh trong Phùng Khánh đã nhận ra sự nổi loạn của Holden là một phản ứng chống lại những gì mang tính công thức, giả dối. Người Phật tử trong Phùng Khánh đã nhìn thấy Phật tính trong Holden, một tâm hồn thuần khiết, từ ái, tràn đầy "đức hiếu sinh" "nhạy

---

[8] "Quán Như tên thật Phạm Văn Minh, tốt nghiệp Đại Học Sư Phạm Sài Gòn năm 1964, và Cao Học Giáo Dục tại Đại Học Sydney năm 1978, sống ở Úc từ trước 1975 cho đến bây giờ. Ông là tác giả của nhiều cuốn sách nghiên cứu về Phật Giáo, trong đó tác phẩm mới nhất là cuốn Kinh tế Phật giáo", 2012, Nguồn: Phamcaohoang.blogspot.com, dẫn ngày 18/3/2016.

cảm đối với người khác, yêu tuổi thơ và muốn sống vô tư, tự nhiên và trung thực"[9].

Về phương diện dịch thuật, cũng như bản dịch *Câu chuyện dòng sông*, bản dịch *Bắt trẻ đồng xanh* đã đạt đến một giá trị cao, hài hòa, tinh tế cả về văn phong, nhịp điệu, ngôn ngữ đối thoại. Đặc biệt với nhan đề của truyện, Phùng Khánh đã làm công việc chọn lựa một lần cho tất cả.

Ngoài các bản dịch tác phẩm văn chương, Ni sư Trí Hải còn diễn giải giới thiệu các bộ kinh và phóng tác những câu chuyện mang triết lý Phật giáo.

Từ nguồn Diệu Pháp là một công trình diễn giải mà tư tưởng uyên áo của kinh sách đã được chuyển tải qua một ngôn ngữ trong trẻo tràn đầy chất thơ. Những câu văn tuôn chảy nhẹ nhàng, rót vào lòng người những nguồn nước mát lành, tinh túy.

Hãy đọc đoạn mở đầu của *Từ nguồn Diệu Pháp*:

"Qua Trung bộ kinh gồm 152 kinh do Hòa thượng Minh Châu phiên dịch, chú thích và giảng giải, chúng ta tìm thấy một nguồn sinh lực dạt dào của kinh tạng Pàli mà các học giả đều công nhận là gần với thời Phật nhất, ghi lại những lời dạy của Ngài qua 49 năm du hóa. Ở đây, Đức Phật được làm sống lại như một con người, và một con người tuyệt luân. Nghe Trung bộ kinh, chúng ta như được thở lại bầu không khí trong lành vườn Cấp cô độc ngày xa xưa ấy. Chúng ta cảm như được dự phần vào pháp hội đông đảo thính chúng của Phật gồm cả loài Người và chư Thiên. Chúng ta như được gần gũi chư vị Thánh đệ tử quen thuộc kính

---

[9] Quán Như, Bđd, nt.

yêu mà khoảng cách thời gian dài 25 thế kỷ và không gian cả đại trùng dương không làm cho chướng ngại"[10].

Trí Hải đã dùng những từ "tìm thấy", "nghe", "thở", "cảm" "dự phần" "gần gũi"… để đánh thức trải nghiệm. Suốt công trình, các động từ chỉ tiếp nhận giác quan luôn chiếm một tần số rất cao.

Những kiến thức triết học, tâm lý học, văn học đã hòa quyện trong trang viết của Trí Hải, tạo ra một trường liên tưởng rộng rãi, cực kỳ linh hoạt. Người dẫn chứng các tư tưởng triết học (triết học hiện sinh, phân tâm học…) để đối chiếu. Người trích nhiều ý kiến của các triết gia và các nhà văn (Voltaire, Molière, Thomas Hobbes, V.Hugo, Chateaubriand…) và các tác phẩm văn chương (*Say đi em* của Vũ Hoàng Chương, *Lời kỹ nữ, Chiều* của Xuân Diệu, *Cuồng nhân nhật ký* của Gogol, *Truyện Kiều* của Nguyễn Du, *Cây thông* của Nguyễn Công Trứ, thơ của H.W. Longfellow, của Alfred de Musset, của Keats, của Mãn Giác thiền sư…).

Đường về nội tâm gồm 47 truyện, được ghi là phóng tác. Những thuyết thoại nghe được từ các vị thầy trong khi tu tập (tất cả đều có chú thích rõ ràng), đã được Ni sư viết lại trong tinh thần trao truyền Phật pháp. Tất cả đều tươi tắn như chính cuộc đời, ân cần kêu gọi chúng sinh bước vào con đường lành của chánh pháp. Đặc biệt, đôi khi Trí Hải đưa vào truyện những chi tiết sát với đời sống hiện tại, như *Người của ngày xưa*. Và cũng như *Từ nguồn diệu pháp*, Trí Hải đưa nhiều câu ca dao, câu thơ tham gia vào trong truyện.

3. Sáu mươi sáu năm tại thế, trong đó bốn mươi năm được hành trì Phật pháp, Ni sư Trí Hải đã có những đóng góp lớn lao cho Đạo và cho Đời. Sự nghiệp trước tác của Ni sư trải dài trong suốt thời gian ấy, là dịch thuật, biên soạn, hay phóng tác, hết thảy đều

---

[10] Từ nguồn diệu pháp, Budsas.org. Dẫn nguồn ngày 16/3/2016.

là những trang sách quý. Độc giả Việt Nam, nhiều thế hệ trẻ già, từ những năm 60 của thế kỷ trước cho đến đầu thế kỷ này, đặc biệt là tầng lớp trí thức, không ai là không nhớ đến tên Phùng Khánh - Trí Hải[11]. Ni sư Trí Hải đã mở nhiều cánh cửa, đã bắt nhiều nhịp cầu cho chúng sinh được cùng bước vào vui chơi khu Vườn Từ Ái, được cùng tắm trong Biển Tuệ, với Người. Tràn đầy lòng biết ơn, bài viết này chỉ mới chạm được đến một phần rất nhỏ trong di sản mà Người để lại. Những mong có một dịp gần, được nghiên cứu kỹ về tất cả.

(trích Tạp Chí Sông Hương 328, tháng 6 năm 2016)

---

[11] Viên Linh, một nhà văn, đã viết: "Có một điều gì đó ngoài ý muốn xảy ra mỗi khi người viết bài này sửa soạn viết về nhà văn nữ lớn nhất của miền Nam những năm '60-'70, dịch giả Phùng Khánh hay Sư Bà Thích Nữ Trí Hải". "Trí Hải dịch nhiều hơn sáng tác, dịch giả đúng hơn là tác giả, nhưng văn xuôi của tác giả thì cuồn cuộn như thác nước, nhất là văn kể chuyện, và nhất là trong tập san văn hóa Tuệ Uyển do tác giả sáng lập điều hành từ 1994 ở Sài Gòn, ra tới năm thứ chín thì con thiên nga đầu đàn bay về cõi Niết Bàn". Khuonmatvannghe.com. Dẫn nguồn ngày 18/3/2016.

ẢNH HƯỞNG NHỮNG DỊCH PHẨM CỦA PHÙNG KHÁNH - PHÙNG THĂNG VÀ CÁC TÁC GIẢ KHÁC ĐỐI VỚI NỀN VĂN HỌC MIỀN NAM TRƯỚC 1975

TRẦN HOÀI THƯ và NGUYỄN LỆ UYÊN thực hiện

Những dịch phẩm do Phùng Thăng dịch hay dịch chung với Phùng Khánh, hay Chơn Hạnh có những tác động nào đối với nền văn học miền nam trước 1975, thông qua các ấn phẩm (sách, báo) lưu hành trong các thập niên từ 1950-1970?

- **Nguyễn Vy Khanh:** Với văn-học miền nam thời 1954-1975 cũng như đối với văn-học nói chung, dịch thuật đã và luôn đóng vai trò hết sức quan trọng trong việc phổ biến, tiếp nhận các khuynh hướng văn-chương của nước ngoài cũng như sáng-tạo văn-học nghệ-thuật; bộ phận dịch thuật và văn-học nước ngoài phát triển thì các ngành văn học cũng phát triển, cập nhật theo. Nền văn-học chữ quốc-ngữ ở nước ta từ thời khai mở cho đến sau này đã trải qua nhiều giai đoạn sáng-tác, sử-dụng kỹ thuật Tây phương, phóng tác, v.v... mà ảnh-hưởng văn-học nước ngoài đã giữ một vai trò đáng kể. Có thể nói nếu không có tác-phẩm văn học dịch thuật (cùng nguyên tác), và sách phê-bình, lý luận văn-học Âu Mỹ thì đã không có những Võ Phiến, Duy Lam, Thanh Tâm Tuyền, Chu Tử, Trùng Dương, Nguyễn Thị Hoàng, Nguyễn Xuân Hoàng, Nguyễn Đình Toàn, Huỳnh Phan Anh, Hoàng Ngọc Biên, Thế Nguyên, Diễm Châu, v.v... Ảnh-hưởng của các trường phái, khuynh hướng thuộc giai đoạn này có thể nói đến hiện sinh, phân tâm, hoài nghi (Kierkegaard), chủ nghĩa siêu nhân và vô thần (Nietzsche), tiểu thuyết mới (Nouveau Roman), xã-hội Thiên Chúa Giáo (nhân vị trước 1964, cách-mạng dấn thân sau 1964), Phật Giáo (nhóm quanh Nhất Hạnh và đại học Vạn Hạnh), v.v... đã được các giáo-sư, học giả và văn-nghệ sĩ như Nguyễn Nam Châu, Trần Thái Đỉnh, Nguyễn Văn Trung, Nguyên Sa, Phạm Công Thiện, Tam Ích, Vũwww.hoc Đình Lưu, Bùi Giáng, v.v... giới thiệu với độc giả Việt- Nam cũng như giảng dạy ở các phân khoa đại học. Dĩ nhiên vai trò của các dịch giả cũng quan-trọng không kém, vì họ đã đưa các tác-phẩm nước ngoài vào sinh hoạt chữ nghĩa, văn-nghệ miền Nam thời này.

Hai chị em dịch giả **Phùng Khánh** (Thích Nữ Trí Hải, giáo-sư Anh văn và thư viện trưởng Đại Học Vạn Hạnh) và **Phùng Thăng** (giáo-sư Anh văn) đã góp phần với các dịch phẩm văn-học chung Câu Chuyện Của Dòng Sông (Siddhartha của Hermann Hesse, Lá Bối, 1965), Bắt Trẻ Đồng Xanh (The Catcher in The Rye của Jerome David Salinger, 1964); hoặc riêng Phùng Thăng với Buồn Nôn (La Nausée của Jean-Paul Sartre, An Tiêm, 1967), Những Ruồi (Les Mouches của Jean-Paul Sartre, NXB

Thanh Hiên, 1967) và Sói Đồng Hoang (chung với Chơn Hạnh, của Hermann Hesse, NXB Ca Dao, 1969). Phùng Khánh còn là dịch giả và tác-giả nhiều tác-phẩm triết lý và Phật học khác.

Phần đóng góp của hai dịch giả dù không nhiều về số lượng như các dịch giả khác, nhưng thật sự đáng kể trong cuộc vận động văn-nghệ và văn-hóa sau năm 1964. Cả hai đều là giáo-sư Anh văn, riêng Phùng Khánh từng du học ở Hoa-Kỳ và có thể cảm nhận được lối sống của tuổi trẻ và người Mỹ, do đó bản dịch Bắt Trẻ Đồng Xanh đến với giới thưởng ngoạn văn-học nghệ-thuật miền Nam như một làn gió mới, có thể giúp hình thành một nhân sinh quan khác trước. Câu Chuyện Của Dòng Sông của nhà văn Đức Hermann Hesse lại là một chấn động lớn cho học sinh, sinh viên và trí thức cũng như độc giả nói chung, xuất-bản vào thời mà Phật học được giảng dạy ở các đại học văn khoa, thời văn-hóa Phật giáo bùng lên trong giới học sinh sinh viên và trí thức, thời các tạp-chí Giữ Thơm Quê Mẹ (1965), Vạn Hạnh (1965), Tư Tưởng (1967), v. v... thu hút được nhiều độc giả và tác-giả sáng-tác. Phật giáo như một luồng tư tưởng và cảm hứng mới, khác, dưới ánh sáng giáo dục và tư tưởng thời triết lý Hiện tượng học của Husserl và nhất là Martin Heidegger.

Sói Đồng Hoang cũng của Hermann Hesse thì như muốn trả lời những thao thức của con người hiện-đại đi tìm lại mình và phải trải qua các khủng hoảng tâm lý, tinh thần cũng như vật chất.

Còn các dịch phẩm truyện và kịch của Jean-Paul Sartre là những đóng góp thêm vào những bản dịch khác đã có cùng thời, tiếc là chúng tôi không có văn bản để có thể tìm hiểu nét đặc thù và đánh giá. Cũng như ảnh hưởng của các dịch phẩm đó thật sự và thế nào, với nhà văn, cây bút nào, muốn có nhận định đúng đắn và cụ thể, cần phải tham bảo các ấn phẩm và báo-chí thời đó cũng như sau này.

Vì thực chất có thể khác với hiện-tượng, nhưng hiện-tượng từng xảy ra và đã kéo dài nhiều năm, đó là các dịch phẩm của hai bà từng được độc giả yêu thích, xem như sách gối đầu giường, cùng với sách của Phạm Công Thiện, Bùi Giáng, v.v... Hoàng Ngọc Tuấn trong truyện ngắn Buổi Chiều Hạ Lan đăng trên tuần báo Tuổi Ngọc vào khoảng cuối năm 1969 - cách sống, hành xử và tâm tư của nhân vật trong truyện mang phong cách thời đại bấy giờ. Đặc biệt cuối câu truyện tình, nhân-vật Tôi cho biết: "... Chẳng mấy chốc mà tôi sẽ được ôm hôn nàng trong vòng tay, và làm những chuyện mà cái thằng Caulfield đáng yêu nó gọi là 'các thứ'" - "Cái thằng Caulfield đáng yêu", đúng vậy, thời Hoàng Ngọc Tuấn lên đại học và viết văn, cũng là thời tuổi trẻ Việt-Nam yêu thích bản dịch Bắt Trẻ Đồng Xanh.

2- Những gì mà hai dịch giả Phùng Khánh và Phùng Thăng để lại là những tác phẩm văn học nước ngoài rất giá trị đối với độc giả trước năm 1975. Nói giá trị bởi không phải độc giả nào cũng có trình độ tiếng Anh, tiếng Đức đủ để đọc nguyên bản, và nhờ đó, họ có thể hiểu được nội dung tác phẩm qua phần chuyển ngữ tài hoa của người dịch. Anh chị nghĩ gì về hai nữ dịch giả này?

- Khuất Đẩu: Một cặp đôi toàn tài của văn chương Việt Nam là Phùng Khánh và Phùng Thăng. Một cặp đôi còn chói sáng hơn cả Hoài Thanh và Hoài Chân.

Có ai đó đã nói rằng dịch là phản, có nghĩa rằng chuyển thể một tác phẩm văn học từ ngôn ngữ này sang ngôn ngữ khác là cực kỳ khó, nếu không muốn nói là gần như không thể, tức là chẳng những chuyển phần xác mà còn phải chuyển cả phần hồn... Điều không thể là cái phần hồn ấy. Tuy nhiên, không thể không có nghĩa là không có ai làm nổi.

Như Đoàn Thị Điểm dịch Chinh Phụ ngâm của Nguyễn Gia Thiều. Phan Huy Vịnh dịch Tỳ Bà Hành của Bạch Cư Dị. Như Nhượng Tống dịch Tây Sương ký của Vương Thực Phủ. Như Bùi Giáng dịch Hoàng Tử bé của Saint Exupéry.

Và như Phùng Khánh - Phùng Thăng dịch Câu Chuyện Dòng Sông của H. Hesse. Nhất là Bắt Trẻ Đồng Xanh của J. D. Salinger.

Đó là những bản dịch toàn bích.

Tôi muốn nói ít nhiều về bản dịch lạ lùng Bắt Trẻ Đồng Xanh ấy. Lạ lùng vì cái ngôn ngữ xấc láo, bất cần đời rất mất dạy của Holden, một cậu trai 17 tuổi vừa bị đuổi học. Cái ngôn ngữ du côn du kề, văng tục chửi thề bạt mạng lại được hai nữ quận chúa lá ngọc cành vàng chuyển sang ngôn ngữ Việt một cách rất đỗi tài tình. Tài tình vì đọc bản dịch ta quên mất Holden là một thằng nói tiếng Mẽo, mà cứ tưởng là một thằng ông mãnh nào đó ở Sài Gòn lục tỉnh.

Tôi cứ băn khoăn mãi, hai nữ dịch giả lúc ấy vừa bước qua tuổi 20, sao lại có thể thâm nhập được ngôn ngữ chợ búa rất xa lạ với dòng tộc quý phái và dũng cảm đưa vào bản dịch của mình mà không sợ bị phê phán, nói theo kiểu bây giờ là bị ném đá. Lại dành tặng Mẹ nữa. Như thế là biết ơn Mẹ đấy. Bởi vì Mẹ chẳng những không mắng mà còn khen. Mẹ khen vì hai cô con gái ngoan biết rằng Mẹ cũng sẽ rất yêu cái thằng Holden "mất dạy" đó như chính mình. Đúng là yêu cái ngông nghênh của tuổi mới lớn đó. Cũng như ta yêu cái ngông nghênh sôi nổi của Nguyễn Tất Nhiên.

Tôi cho rằng bản dịch Bắt Trẻ Đồng Xanh là một bản dịch ngộ nghĩnh và thú vị nhất mà nền văn học của miền Nam có được.

Giữa lúc mà tình tình trạng "loạn dịch" ở Việt Nam tràn ngập những thứ ôn dịch như "cha tôi chết vì ung thư buồng trứng" ta lại càng biết ơn hai nữ dịch giả mà số phận đau đớn thay lại không được vẹn toàn như những tác phẩm dịch của họ.

Hỏi rằng, với những tác phẩm ấy có để lại cho đời chút ảnh hưởng nào chăng, tôi tin là có.

Một tác phẩm như Bắt Trẻ Đồng Xanh với sự sáng tạo của người Việt và ngôn ngữ Việt sẽ ra đời để kể lại cái thời dịch hạch mà chúng ta đang sống này chẳng hạn. Một ngôn ngữ đường phố, bạo dạn, mãnh liệt như ngôn ngữ mà hai nữ tác giả đã vận dụng một cách sáng tạo. Có thể là 10 năm, có thể hơn thế nữa. Nhưng tôi tin là có. Bà Đoàn Thị Điểm đâu có ngờ hằng nhờ bản dịch Chinh Phụ ngâm của mình mà nhạc sĩ Lê Thương đã sáng tác Hòn Vọng Phu bất tử.

Thực tình thì tôi không xứng đáng ca ngợi hai bà. Phải là một người cùng thời, một người mà tài dịch "giải nhất chi nhường cho ai", một người mà "Sài Gòn Chợ Lớn đôi nơi/đi lên đi xuống đã đời du côn" như Bùi Giáng mà phải gọi hai bà là "mẫu thân" thì mới đích thực là ngợi ca. Gọi "mẫu thân" vì phục tài đấy thôi, chứ không phải ỡm ờ.

3- Anh chị có những ấn tượng gì về ngôn ngữ, nhân vật hay nội dung tác phẩm sau khi đọc các bản dịch của Phùng Khánh và Phùng Thăng?

- Diệu Hoa: Sách dịch tôi có đọc, nhưng tương đối kể cả trước và sau năm 1975. Tôi không hiểu gì về dịch thuật và cũng do hạn chế về ngoại ngữ nên chỉ đọc bản tiếng Việt và cảm nhận như chính các dịch giả là người sáng tạo ra vậy. Chẳng hạn hồi trung học, tôi đọc bản dịch Les grands coeurs của E.D. Amicis do thầy Hà Mai Anh dịch, có tựa tiếng Việt là Tâm Hồn Cao Thượng, rồi cách đây hơn 10 năm tôi vào hiệu sách Sài Gòn mua lại quyển này nhưng dịch là Những Tấm Lòng Cao Cả (Hoàng Thiên Sơn dịch, nxb VHTT 2010). Về đọc, tôi hoàn toàn thất vọng, bởi cách dịch có vẻ như kiểu chuyển từ, từ tiếng nước này sang tiếng nước khác; văn phong khô khan, sậm sựt... không có hồn cốt, không như bản dịch của Hà Mai Anh mà tôi đã đọc hồi nhỏ:

"Enricô con ơi! Việc học đối với con hình như khó nhọc, mẹ con nói phải đấy. Cha chưa bao giờ trông thấy con đi học với cái dáng quả quyết và nét mặt hớn hở như cha mong muốn! Con thử tưởng tượng nếu con ngồi không ở nhà thì ngày giờ của con sẽ trống trải biết là dường nào! Cha chắc chỉ trong vòng một tuần lễ là con lại muốn trở lại nhà trường. Còn ơi! Hiện thời, không một đứa trẻ nào là không đi học. Con hãy nghĩ đến những người thợ làm lụng cặm cụi cả ngày, tối đến còn phải cấp sách đi học, những cô thiếu nữ suốt tuần lễ bị giam giữ trong xưởng, chủ nhật đến cũng rủ nhau đi học, những binh lính hết giờ luyện tập cũng đem ra học, viết. Cho đến những trẻ mù, trẻ câm, chúng cũng đều học cả...".

Nói như vậy để, thứ nhất, vấn đề dịch không chỉ đòi hỏi phải có trình độ ngoại ngữ mà còn có khả năng hiểu được bản chất, tức chiều sâu ý nghĩa của ngôn ngữ giữa nước này và nước khác. Chuyển ngữ là công việc rất khó. Chuyển ngữ thế nào để vừa không đánh mất cái gốc của bản chính vừa để độc giả cảm nhận được cái hay cái đẹp của bản dịch mà không xa cách với bản chính lại là điều càng khó khăn hơn nhiều. Tôi nói trình độ là ở khía cạnh này.

Riêng với Phùng Khánh và Phùng Thăng là hai chị em "con nhà trâm anh thế phiệt" và khi dịch thì họ lại là một cặp hoàn hảo, thường là cùng dịch chung một tác phẩm. Tôi có đọc hai bản dịch của họ là Câu Chuyện Dòng Sông và Bắt Trẻ Đồng Xanh. Bản dịch trước là hành trình tiếp cận chân lý của Tất-Đạt-Đa từ một quý tộc giàu sang chìm đắm trong sắc dục cho tới khi giác ngộ.

Tôi đọc quyển này như đọc một quyển thơ xuôi. Ở chương Người Lái Đò, có đoạn tôi thuộc lòng:

"Chàng thương mến nhìn dòng nước chảy, nhìn màu xanh trong suốt, những đường pha lê vẽ nên bức tranh thần tình trong lòng nước. Chàng trông thấy những viên ngọc ngời sáng nổi lên từ đáy sâu, những bọt nước bơi lội trên tấm gương... Chàng yêu dòng sông này biết bao, nó thật quyến rũ và chàng đầy cảm ơn đối với nó. Chàng nghe trong tim tiếng nói của thức tỉnh nói với chàng: "Hãy yêu dòng sông này, ở bên nó và học với nó. Phải, chàng muốn học nơi nó, chàng muốn lắng nghe nó. Chàng thấy dường như bất cứ ai hiểu được dòng sông và những huyền bí của nó sẽ hiểu được nhiều điều hơn nữa, nhiều điều huyền bí, tất cả mọi huyền bí".

Đoạn dịch này như một đoạn thơ.

Và, ở Bắt Trẻ Đồng Xanh có một đoạn ông thầy Antolini vừa ngồi uống rượu vừa thuyết giảng bằng ngôn ngữ "chợ đời" với thằng Holden trốn học, lêu lổng rồi bị đuổi học mà tôi cho là họ đã dịch rất hay qua ngôn ngữ Việt, hẳn nhiên tư tưởng là của J.D. Salinger:

"Tôi không cốt nói với chú rằng chỉ có những người có giáo dục và học thức rộng mới có thể đóng góp một cái gì có giá trị cho thế giới. Không phải thế. Nhưng tôi phải nói rằng những người có giáo dục và học thức rộng, nếu họ thông minh và có óc sáng tạo - điều này, rủi thay lại rất hiếm - thì họ dễ để lại nhiều vô số những thành tích cho đời hơn là những người chỉ thông minh và có óc sáng tạo... Một nền giáo dục học đường còn có lợi cho chú về một phương diện khác. Nếu chú chịu khó theo đuổi một thời gian kha khá, chú sẽ có thể có một ý niệm về tầm vóc của trí não chú ra sao. Nó sẽ thích hợp với cái gì. Sau một thời gian, chú sẽ có một ý niệm về tầm vóc trí não đó nên mang lấy những tư tưởng gì. Một điều có lợi cho chú là chú khỏi tốn nhiều thời giờ cho những ý niệm không thích hợp với chú. Chú sẽ biết tầm vóc thật sự của chú một cách rõ ràng hơn và tùy theo đó để trang bị cho trí thức chú."

Và ở cuốn Sói Đồng Hoang, dịch chung với Chơn Hạnh (Trần Xuân Kiêm), khi đọc có cảm giác ngán ngẩm hơn, bởi phải theo dõi từng cử chỉ, ngôn ngữ, hành động của tên điên rồ mộng tưởng Harry Haller qua từng trang sách. Có lẽ câu chữ từ bản gốc đến bản dịch, cả tác giả và dịch giả phải chọn lựa ngôn ngữ phù hợp để giải mã thật chính xác những ảo giác, mộng mị mê cuồng của nhân vật, nên khi mới đọc lần đầu thấy có gì đó vương vướng (có lẽ do tôi không mấy hiểu về triết học), nhưng chịu khó đọc lại lần hai, lần ba chúng ta sẽ nhận ra tại sao Harry Haller đã buông trôi theo đời sống thác loạn, khốn đốn trong phần đời tiếp sau, khi hắn được tự do hoàn toàn...

4- Anh chị có thể đưa ra vài nhận định, so sánh về công việc dịch sách văn học trước và sau năm 1975?

- **Nguyễn Lệ Uyên:** So sánh là điều không thể, nhưng tựu trung sách dịch trước 1975 ở miền Bắc thuần túy là sách tuyên truyền, hô hào như Thép Đã Tôi Thế Đấy của N.A. Ostrovsky... trong khi đó, ở miền Nam lại chú trọng đến những tác phẩm có giá trị văn chương đích thực, những trào lưu văn học thế giới thấm đậm tính nhân bản không phân biệt cộng sản "bán khai" hay tư bản "hút máu", nhưng **nhất định không có tác phẩm dịch nào dây dưa tới chuyện tuyên truyền cho chế độ.** Đó là tính nhân văn, tự do tuyệt đối.

Và, để đánh giá cái hay cái dở trong việc chuyển ngữ một tác phẩm văn học thì chưa một nhà phê bình nào dám khẳng định. Chỉ có điều khi chuyển ngữ, họ có hiểu cặn kẽ từ ngữ gốc từ "lời" đến "ý" hay thuộc loại "mot à mot" mà mọi người gọi là dịch ẩu, chưa kể chuyện đạo văn bản dịch của người khác!

Hiện nay, trong nước đang có tình trạng loạn dịch khiến độc giả như lâm vào trận đồ bát quái. Nhưng tệ hại nhất từ ngữ nguyên gốc một nơi mà dịch giả lại hiểu sang một nghĩa khác rồi dịch khác đi.

Mới đây thôi, một nhà thơ "lớn" của Việt Cộng, ông Thái Bá Tân đã dịch thơ Haiku, dày 600 trang do nhà sách Đông Tây và nxb Lao Động phát hành tháng 11/2013 có tựa Thơ Haiku Nhật Bản. Sách vừa phát hành, độc giả có người đã mua đọc, có người chưa; nhưng từ phía độc giả, họ chưa phát hiện ra điều gì. Duy có nhà văn Nhật Chiêu lập tức lên tiếng, chỉ ra những lỗi dịch sai rất nghiêm trọng mà ông gọi là "lỗi sai dày đặc" bởi đơn giản Thái Bá Tân không hiểu về ngữ nghĩa, ẩn dụ trong những bài thơ nguyên bản, mà còn thay đổi thậm chí dịch ngược ý với nguyên gốc: Nữ thi sĩ Chiyo có bài thơ về hoa asagao, nguyên gốc: Asagao ni/Tsurube torarete/Moraimizu. Thái Bá Tân dịch là: Từ rạng sáng/Tôi cầm chiếc xô như cầm con tin,/Xin nước. Cũng bài thơ trên, nhà văn Nhật Chiêu dịch: A hoa triêu nhan/dây gầu vương hoa bên giếng/đành xin nước nhà bên. Bản dịch sang tiếng Anh: Morning glory!/The well bucket-entangled,/I ask for water. Nhà văn Nhật Chiêu nói: "có lẽ nhà thơ, dịch giả Thái Bá Tân đã không biết về loài hoa triêu nhan (asagao) của Nhật Bản". Tên tiếng Anh của loài hoa này là "morning glory". Lỗi sai dịch từ "asagao" (hoa triêu nhan) thành "rạng sáng" của dịch giả Thái Bá Tân cũng giống như dịch "canh gà" trong "canh gà Thọ Xương" thành "chicken soup".

Tương tự như vậy, bản dịch Trại Súc Vật (Animal Farm - George Orwell) của ông Phạm Ngọc Minh từ rất lâu, đài BBC đọc hàng đêm trên sóng, khoảng những năm 1978 - 1980 và được đăng tải trên các trang mạng, được xem là bản dịch rất hoàn chỉnh về từ ngữ lẫn ý. Nhưng mới đây, quý I năm 2013, nxb Hội Nhà Văn và công ty Nhã Nam tung ra bản dịch của An Lý có tựa Chuyện Ở Nông Trại. So với bản của Phạm Ngọc Minh, tôi cứ ngờ ngợ như người dịch không hòa nhập được vào dòng chảy văn chương trong nguyên bản của G. Orwell. Bởi từng câu từng dòng đọc qua như thể cỡi xe đạp trên đường đá gồ ghề.

Bây giờ, sách dịch trong nước tràn lan, nhưng để có một bản dịch chín chu thì quả là hiếm!

Còn trước năm 1975, không phải là hoàn hảo, nhưng cách chọn lựa sách để dịch hầu như dịch giả đó "cảm" được đời sống của nội dung lẫn nhân vật cùng bối cảnh thời đại mà sách đề cập đến. Tôi cũng thuộc loại lập dập về ngoại ngữ, nhưng đọc các bản dịch của Nguyễn Hiến Lê về bộ Chiến Tranh và Hòa Bình; Tâm Nguyên, Cô Liêu về các tiểu thuyết của E.M. Remarque, hay Trần Phong Giao với Con Chim Trốn Tuyết của P. Gallico... tôi thấy có sự cẩn trọng, từ cách chọn lựa tác phẩm đến chọn từ ngữ vừa tương xứng vừa giữ được cốt cách ngôn ngữ Việt khi dịch.

Và nhờ có những Lê Huy Oanh, Đỗ Khánh Hoan, Nguyễn Tường Minh, Bùi Giáng... mà chúng ta mới tiếp cận với nền văn học thế giới, từ Gunter Grass, Kahlil Gibran, đến Kawabata, Yukio Mishima, Tagore, Arthur Koestler, A. Camus, J. Steinbeck... Phần nào có ảnh hưởng nhất định đến sự sáng tạo của các nhà văn trong nước.

Cũng nói thêm rằng, có lẽ do giá trị nội dung, tư tưởng trong tác phẩm mà tác giả đã đưa ra, rồi do cách dịch "tài hoa" của dịch giả, cộng với hình thái phát triển xã hội, nên tôi thấy bản dịch Câu Chuyện Dòng Sông là một trong số hiếm hoi sách được tái bản nhiều lần: Sau lần in thứ nhất (Lá Bối 1965) rồi Lá Bối và An Tiêm tái bản liên tiếp 5 lần cả thảy; đến 2002 nxb Đà Nẵng, 2009 Rừng Phong tái bản, và lần thứ 8 là nxb Văn Hóa SG cùng năm 2009. Nếu như quyển trên mà dịch dở thì hẳn không nxb nào chịu bỏ tiền ra để tái bản? Như vậy, rõ ràng tác phẩm này có giá trị ở cả hai phía: tác phẩm gốc và bản dịch.

5- Sau khi chiếm miền Nam, tất cả sách báo bị tịch thu và bị gán cho mấy từ "gớm ghiếc", ngay cả những tác phẩm văn học, triết học nước ngoài, có giá trị, được giải Nobel cũng bị gọi là nô dịch, đồi trụy, phản động. Anh chị nghĩ thế nào?

- Cung Tích Biền: Tôi thấy không nên đặt ra câu hỏi này.

1- Là vô tình chúng ta thừa nhận cách lập luận ngụy trá và sai lầm về văn chương miền Nam của Cộng sản.

2- Ngoài một ít những bản dịch vớ vẩn không đáng gọi là văn học, phần lớn dịch giả miền Nam trước kia rất cẩn thận khi dịch. Chọn những tác phẩm cùng những tác giả đã được khẳng định tầm vóc và giá trị tác phẩm.

- Nguyễn Lệ Uyên: Nói thêm, trong suốt quá trình cai trị, CSVN rất chú trọng đến tuyên truyền. Đây là loại vũ khí rất lợi hại, nó bắt buộc mọi người phải tin theo, kể cả những anh trí thức khoa bảng. Có người nhận ra thì cũng không dám lên tiếng, phản ứng; mà có phản ứng thì Hỏa Lò vẫn rộng chỗ. Vụ Cải cách ruộng đất, đến Nhân văn giai phẩm... sau này là đánh tư sản mại bản, rồi thuyền nhân... bằng cách này hay cách khác, họ buộc người dân phải tin theo, rằng đó là chính nghĩa. Với văn hóa văn nghệ cũng vậy thôi. Những gì ở miền Nam cũng đều thối tha, đồi trụy, phản động, nô dịch cả. Vậy nhưng, chính những người lớn tiếng thóa mạ văn chương miền Nam, sau 1975 khi sà vào các vỉa hè bày bán sách báo cũ, tận mắt nhìn những ấn phẩm (sáng tác và dịch) đã phải kinh ngạc thốt lên: "Họ bỏ xa miền Bắc một chặng đường dài". Những tiết lộ trong các buổi trà dư tửu hậu của Lưu Trọng Lư, Tô Hoài, Nguyễn Khải, Chế Lan Viên... rằng: văn chương miền Nam đa chiều, dung nạp được tinh hoa ở bên ngoài nhưng vẫn giữ được bản sắc, cái hồn Việt Nam. Họ ngấu nghiến đọc cái đồi trụy, phản động... để, một mình chỗ riêng tư thì thán phục, nhưng trước công chúng lại lên gân phê phán. Đó là giọng điệu muôn thuở của họ.

Sau năm 1993, tôi có dịp quen với nhà văn miền Bắc có truyện ngắn bị cấm (Linh Nghiệm), bị treo bút 3 năm; ngồi quán cóc trên đường Hồ Xuân Hương uống rượu đặc sản làng Vân với lạc rang, nói chuyện văn nghệ. Rượu hơi thấm, anh ta văng tục: "Tiên sư bố chúng nó, chỉ giỏi công kênh nhau, chứ thằng N.Q.Th. làm thơ tự do sao hay bằng TTT, TTY? Tập SMNCL là sự nhặt lại những rơi vãi từ ST, từ TTT cả".

Không nói đâu xa, thời nào trên đất nước này, trí thức luôn là những kẻ hèn nhát tiên phong! Trí thức luôn bị những tên ngu đần chính trị giáo hoạt điều khiển. Có giỏi lắm thì cũng như nhân vật Nguyễn trong tiểu thuyết Đi Thúi của Nguyễn Viện là cùng! Nên chúng ta đừng lấy làm lạ, bực bội vì những lời lẽ xấc xược kia!

TQBT chân thành cảm ơn và trân trọng những ý kiến của các anh chị.

Trần Hoài Thư và **Nguyễn Lệ Uyên** thực hiện

(Thư Quán Bản Thảo số 59, Tháng 3-2014)

VẦN THƠ CHO BÉ

THÍCH NỮ TRÍ HẢI
NXB Hồng Đức, 2013

1.

em yêu má trẻ
vất vả tối ngày
nấu nướng vá may
lo đàn con bé

2.

em yêu cha em
về trưa đi sớm
gian khổ trăm phần
nuôi con khôn lớn

3.

em yêu ông bà
tóc trắng như mây
mắt hiền tợ bụt
ít la ít rầy

4.

em yêu cô giáo
tươi trẻ dịu hiền

lời cô dạy bảo
em hằng chẳng quên

5.
em yêu người lao động
người cày ruộng xây nhà
thợ dệt vải, ươm tơ
giúp mọi người vui sống

6.
em thương người già cả
không con cháu sum vầy
lụm cụm thân yếu gầy
trở trời thêm vất vả

7.
em yêu người tàn tật
lăn lóc khắp phố phường
ngày lại ngày khản cổ
kêu gọi chút lòng thương

8.
em thương phận chim lồng
không nhìn thấy trời trong
xa cây rừng, bè bạn
tiếng kêu nghe não nùng

9.
em yêu mái trường
nơi em vui học
có trò bạn nhỏ
và cô giáo thương

10.
em yêu con đường
đưa đi khắp nơi
ngày học đến trường
ngày nghỉ đi chơi

11.
em yêu loài vật
như yêu mọi người
yêu mưa yêu nắng
yêu cả bầu trời

12.
em yêu vòm trời
mái nhà lộng lẫy
có mây ngũ sắc
và trăng chơi vơi

13.
em yêu làn mây
lang thang tối ngày
hay mây trốn học?
có khi bị rầy

14.
em yêu làn gió
hay đùa tóc em
thì thào trong lá
như lời ru êm

15.
vầng trăng là cánh buồm
của thuyền mây đã xa

em thương niềm cô quạnh
của buồm trăng bơ vơ

17.
em yêu nhất mặt trời
bình minh nhoà lệ sáng
rồi lên cao mất dạng
cho muôn người vui tươi

18.
chim non gầy đàn
bay khắp đông tây
màng chim xây tổ
non xanh vui vầy

19.
se sẻ qua đò
cú xô té ngã
quạ ta kẻ cả
chê cú hồ đồ

20.
chú quạ bị què
lê ra bờ đê
mổ mè no nê
trở vô ngủ lẹ

21.
cú ho sù sụ
quạ qua vỗ về
ru cú ngủ mê
ở kề cổ thụ

22.
vỉa hè hồ cá
kìa chú thia lia
chú chớ lìa hồ
mà va bia đá

23.
cá chép đói lòng
tìm đôi chú tép
tép ta khép nép
chui vào bụi rong

24.
đào ao thả cá
bẻ nè rào rau
chớ để cào cào
xao xao vào phá

25.
vịt xám lảm nhảm:
"nhà chả có cám!"
đám tiệc linh đình
riêng vịt ảm đạm

26.
chuột nấp vô hang
chú mèo hấp tấp
vấp phải cành tre
mèo ta té sấp

27.
bò bê xích mích
bò thích tịch mịch

*bê cứ be be
rõ là tinh nghịch*

28.
*thỏ có cỏ khô
để kề giá gỗ
nhà bé có giỗ
lo gì chả no*

29.
*chó nhỏ giữ nhà
chó to giữ ngõ
bò bê nhá cỏ
bé thì ê, a*

www.ingramcontent.com/pod-product-compliance
Lightning Source LLC
LaVergne TN
LVHW041801060526
838201LV00046B/1076